आई-बाबाची डायरी

डॉ. श्रुती पानसे

Ai-Babachi Diary
© Dr. Shruti Panse 2023

आई-बाबाची डायरी
© डॉ. श्रुती पानसे २०२३

प्रथम आवृत्ती	:	जानेवारी २०२४
संपादन	:	वर्षा आठवले
मुखपृष्ठ आणि मांडणी	:	मधुमिता शिंदे
मुद्रितशोधन	:	अनुश्री भागवत
प्रकाशक	:	सकाळ मीडिया प्रा. लि.
		५९५, बुधवार पेठ, पुणे ४११ ००२
मुद्रणस्थळ	:	विकास प्रिंटिंग ॲण्ड कॅरिअर्स प्रा. लि.
		प्लॉट नं. ३२, एमआयडीसी, सातपूर, नाशिक
ISBN	:	९७८-८१-११९३११-७९-८
संपर्क	:	०२०-२४४० ५६७८ / ८८८८८ ४९०५०
		sakalprakashan@esakal.com

आई-बाबासारखं प्रेम करणाऱ्या प्रत्येक व्यक्तीस...

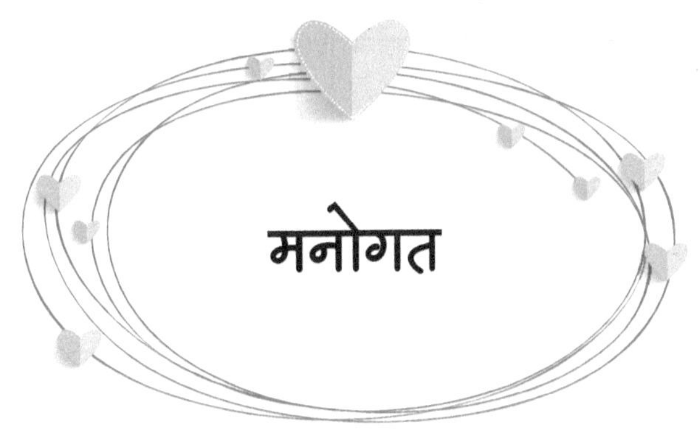

मनोगत

या जगात प्रत्येकीची आणि प्रत्येकाची एक स्वतंत्र लढाई असते. पण आईची एक स्वतंत्र लढाई असते. ती माणूस म्हणून असते, बाई म्हणून असते. अनेकींना स्वतःच्या व्यक्तिमत्वासाठी इतरांशी लढाई करावी लागते, ती असते. स्वतःच्या कामाच्या ठिकाणी घर डोकावतं - मुलं डोकावतात, घराच्या परिघात काम डोकावतं. बाबा कामावर जितकं लक्ष केंद्रित करू शकतो तितकं आई नाही करू शकत, अनेक ठिकाणी ही परिस्थिती आहे. चूल आणि मूल हे तिनंच केलंच पाहिजे, म्हणून तिला 'सुपर वूमन'चा झगा पांघरण्यात आला. हा झगा तिला अवजड आणि अवघड होतो आहे.

एक खरं आहे की तिला आपली मुलं फार प्रिय असतात. त्यांच्यावर ती जिवापेक्षा जास्त प्रेम करते. मग ती बांधकामांवर काम करणारी आई असो, शास्त्रज्ञ असो, कलाकार असो, मंत्री असो, मुलांपासून दूर परदेशी राहून नोकरी करणारी असो, मजबुरी म्हणून आपलं लहानगं आश्रमात सोडावं लागलेली आई असो, आईपण तिची पाठ सोडत नाही. ती तिची आदिम प्रेरणा आहे.

उत्क्रांतीत घडवलं गेलेलं हे आईपण आहे. जोपर्यंत पृथ्वीवर सरपटणारे जीव होते, अंडज प्राणी होते, तेव्हाही आपली अंडी अत्यंत सुरक्षित जागेत ठेवायची जैविक प्रेरणा तिच्यात होती. सस्तन प्राणी जन्माला आले, तेव्हा आपली सर्वच्या सर्व पिल्लं जगावीत या प्रेरणेने त्यांची जास्तच काळजी आई घ्यायला लागली. बाळांचं सर्वतोपरी संरक्षण करू लागली. स्पर्शाची ऊब देऊ लागली.

आई ही आई असली तरी त्यात तिने स्वतःला विरघळून टाकावं, अशी अपेक्षा कोणीही तिच्याकडून करू नये आणि तिनेही स्वतःकडून करू नये, कारण यात ती स्वतःला माणूस म्हणून न्याय देऊ शकत नाही. तेही जमलं पाहिजे. म्हणूनच आजची स्त्री जशी आहे, तशा छान जगणाऱ्या, समस्यांवर आपल्या बुद्धीने मार्ग काढणाऱ्या

स्त्रिया या पुस्तकात भेटतील. स्त्रीच स्त्रीची शत्रू असते, अशा अत्यंत फालतू आणि अशास्त्रीय विधानाला छेद देणाऱ्या आहेत.

आईपण हे जगातल्या इतर कोणत्याही नात्यापेक्षा काही वेगळंच आहे. त्या आईच्या मनात वेळोवेळी काय येत असतं या विषयावरची एक मालिका 'सकाळ'च्या 'तनिष्का' मासिकासाठी लिहायचं ठरलं. त्याप्रमाणे आईच्या भावभावना, तिचे तणाव आणि त्यावर तिने वेळोवेळी काढलेले काही मार्ग यावर लेखमाला लिहिली. त्याचं पुस्तकात रूपांतर करताना असं वाटलं की पूर्वी बाबा घरासाठी कमावणं आणि कमवत राहणं या भूमिकेत जास्त होता. तो मुलांसाठी आणि घरासाठी कष्ट करत राहायचा पण मुल आणि आईची जवळीक असायची तशी त्याची तितकीशी व्हायची नाही. 'कर्ता पुरूष' या दृष्टिकोनातून सगळ्या गोष्टींकडे बघत असल्यामुळे कठोर निर्णय घ्यावे लागायचे, अशा काही गोष्टीमुळे मुलांशी कदाचित थोडा दुरावा असायचा. आता बाबासारखी आईही कमावते. त्यामुळे बाबाही दोन पावलं मुलांच्या दिशेने सरकला आहे. पालकत्व निभावण्यात सक्रिय झाला आहे. मुलांच्या जन्मात, संगोपनात जमेल तसा वेळ देतो, मनापासून त्यांचा अभ्यास घेतो. मुलांना वाढवण्यासाठी आवश्यक अशा अनेक गोष्टी शिकून घेतो. कधी कधी मुलांना शिस्तीच्या आईपेक्षा मऊ स्वभावाचा आणि मुलांचं सर्व काही ऐकणारा बाबा हवासा वाटतो. अशी ही बाबाची बदललेली भूमिका खूपच लोभसवाणी आहे.

तनिष्का मासिकातल्या 'आईची डायरी' या लेखमालेला जोड मिळाली ती 'बाबाच्या डायरी'ची. आणि अशा प्रकारे 'आई-बाबाची डायरी' आता प्रकाशित होत आहे. या मालिकेतल्या लेखांना काही नव्या लेखांची जोड देऊन ते आता पुस्तकरूपात आलं आहे. डायरी काल्पनिक असली तरी यातले आई आणि बाबा खरेखुरे - कुठेकुठे भेटलेले आहेत. या पुस्तकातून आई-बाबाला नक्कीच दिशा मिळेल, असा विश्वास वाटतो.

आई-बाबासाठी म्हणजे पर्यायाने कुटुंबासाठी असलेल्या या पुस्तकासाठी 'सकाळ परिवारा'चे मनापासून आभार! 'तनिष्का'च्या तत्कालीन संपादिका मंजिरी फडणीस, सकाळ प्रकाशनचे विभाग प्रमुख आशुतोष रामगीर, सकाळ प्रकाशनच्या कार्यकारी संपादक दीपाली चौधरी, वर्षा जोशी - आठवले यांनी नेहमीप्रमाणे प्रोत्साहन दिलं. अतिशय सुंदर आणि अर्थपूर्ण मुखपृष्ठ करून दिल्याबद्दल मधुमिता शिंदे यांचे धन्यवाद मानायलाच हवेत.

- डॉ. श्रुती पानसे

अनुक्रमणिका

नववर्ष

परवाच मी कुठंतरी वाचलं की आपल्या मनात आलेले विचार कोणाला तरी सांगितले की खूप बरं वाटतं. मन हलकं होतं; पण माझ्या घरातल्या या सगळ्या गोष्टी सांगायच्या तर माझ्या बहिणीही माझ्याजवळ नाहीत आणि मैत्रिणीही नाहीत. कथकच्या परीक्षा देऊन निदान मी क्लासमध्ये असिस्टंट म्हणून काम तरी करायचे; पण सध्या नवऱ्याच्या बदलीमुळे आम्ही पुण्याला राहायला आलो आहे. इथं कुणीच जास्त ओळखीचं नाही. बरं बहिणीशी किंवा मैत्रिणींशी फोनवर बोलायचं तर इतकं काही महत्त्वाचं घडतही नाही आयुष्यात. नेहमीच्याच गप्पा. प्रत्येक दिवस थोड्याफार फरकाने सारखाच. मागं तर ताई म्हणाली,

'माधुरी, तुला कंटाळा येत असेल तर काही तरी काम मागं लावून घे. पण कंटाळू नकोस.'

पण इथं या परक्या गावात, कोणी ओळखीचं नसताना मी करू तरी काय? साधं बोलायलाही नाही कोणी. म्हणूनच आता ठरवलं आहे, लिहून काढायचं. जे मनात येईल ते लिहायचं, म्हणजे बरं वाटेल. शाळेत असताना बाई सांगायच्या की, रोज आपली दैनंदिनी लिहावी. त्यात आपण आज काय केलं, नवीन काय पाहिलं, काय वाचलं, त्यातलं काय आवडलं, आपल्या मनात कोणते विचार आले हे लिहावेत. म्हणून मी आजपासून जे घडलं ते लिहिणार आहे. जानेवारी महिन्यापासून सुरूवात केली की बरं असंही वाटतंय.

● १ जानेवारी

आत्ताच दोघं शाळेत गेली. मी घरी एकटीच आहे. खरं तर ही नेहमीची वेळ आहे माझी सीरिअल बघण्याची. आवडतात मला सीरिअल्स बघायला. रोज काही ना काही घडत असतं त्यात. वेळही बरा जातो; पण आज डायरी लेखनाच्या पहिल्याच दिवशी सीरियलवर काट मारली. डायरीचं पहिलंवहिलं कोवळं कोवळं पान माझ्यासाठी खुलं केलंय. ते माझी वाट बघतंय.

डायरी लिहायचं ठरवलं आणि खूप छान छान सुचायला लागलंय. खरं तर माझा मूड सकाळी अगदी वाईट होता. इतका वाईट की अस वाटलं हे डोकं नाहीये, बाजार भरलाय नुसता. हा बाजार नाहीसा करायचा तर अक्षरशः डोकं आपटून घ्यावं कुठंतरी; पण हे शक्यच झालं नाही. कारण डोकं आपटायला तरी वेळ पाहिजे ना थोडासा.

माझी ही दोन मुलं. मुलं गोजिरवाणी असतात म्हणे! मला तर अस काही वाटतंच नाही आजकाल. उलट अस वाटतं की, मला त्रास देण्यासाठीच खास नेमणूक झाली आहे त्यांची. एकाला एक वस्तू हवी असली तर दुसऱ्याला नेमकी तीच हवी असते. त्यावरून भांडणं. मारामाऱ्या. एकमेकांचे कपडे ओढणं, ढकलणं. आज तर कहरच केला. मी भराभरा डबा भरत होते, तर तिने पसरलं मोठ्ठं भोकाड. बघितलं तर, कारट्याने लेकीची वेणीच ओढली होती. इतकी कळवळून रडत होती बिचारी. हे बघूनही तो पुन्हा दुसरी वेणी खेचायला जाणार इतक्यात मी रागाने त्याला मागंच ओढलं...ओढलं कसलं? फरफटवलंच! तो खाली पडला. तर ही बया दाण्णकन त्याच्या पोटावरच बसली. त्याने जोरजोरात बोंबलायला सुरूवात केली. हे बघून मी तिला मागं ढकलून दिलं. सकाळी सकाळी सातच्या सुमाराला हे फेकणं आणि फरफटवणं मी केलं.

हो मीच. मीच हे केलं.

काय करू मग? खरं तर मी खूप बारीक आहे. दमतेही खूप. शक्तीच नसते अंगात काही; पण आज हे सगळं करायला बक्कळ शक्ती होती अंगात. कुठून आली कुणास ठाऊक?

बरं, ही भांडणं कशावरून तर एका खोडरबरावरून. हे खोडरबर माझं की तुझं, याच्यावरून.

नववर्षाची ही माझी पहिली सकाळ. काय चाललंय हे? मी माझ्या असल्या जीवनाची कल्पना तरी केली होती का? आता शांत बसले आहे मी, तेव्हा मात्र

खूप चिडले, वैतागले होते. इतकी रागावले दोघांवर की बास रे बास! काय काय बोलले कुणास ठाऊक? 'मूर्ख लेकाचे!' असं म्हटलं त्यांना. अजूनही काय काय म्हटलं; पण लिहीत नाही. मला खूपच कसंतरी वाटतंय आत्ता. नकोच तो विषय. जाऊ दे.

आपलीच मुलं; पण आपण काय काय बोलतो त्यांना...

वाईट वाटतंय खूपच...

जाऊ दे. आज संध्याकाळी ते घरी आले की सॉरी म्हणेन त्यांना. मी रागाच्या भरात चुकीचे शब्द बोलले. ते शब्द वाईट होते, असंही सांगेन त्यांना.

सकाळची वेळ खरं तर किती छान असते. त्यातून सव्वा सहा ते साडे सहा ही वेळ तर माझ्या फारच आवडीची. थोडासा अंधार... थोडासा उजेड! स्वच्छ हवा. मी इतकी खुशीत होते आज. मला आठवतंय, कॉलेजमध्ये पहिलं लेक्चर सात वीसचं असायचं. मी याच वेळेत घरातून निघायचे. मैत्रिणीकडे जायचे. आम्ही दोघी सायकलवर कॉलेजला जायचो. अकरावी-बारावी अशी दोन वर्षं! खूपच छन वाटायचं. मस्त. मोकळं. खूप ताजंतवानं. तेव्हापासून मला सकाळची ही वेळ खूप आवडायला लागली.

त्यातून ही नववर्षाची पहिली सकाळ. सगळे जण रात्री उशिरापर्यंत पार्टी करतात. आणि दुसऱ्या दिवशी उशिरा उठतात. एके वर्षी मी आणि माझ्या बहिणीनं ठरवलं की, आपण लवकर अगदी नेहमीच्या वेळेला झोपायचं, आणि पहाट एन्जॉय करायची. त्या १ जानेवारीला आम्ही दोघी सहा वाजता घरातून निघालो आणि पूर्व दिशा पकडून गाडीवर निघालो. जिथून उगवता सूर्य छान दिसेल, अशा ठिकाणी थांबलो. तरी बरं, गावातल्या तळ्यापाशी आलो होता आम्ही. तिथून स्वच्छ, नवा नवा सूर्योदय बघितला. मला उठल्यापासून हेच सगळं आठवत होतं. स्वयंपाक करतानाही मनातल्या मनात मी त्या तळ्याकाठीच होते.

... आणि डबे भरताना मात्र आमच्या घरात रणकंदन चालू झालं.

अशा वेळी असं वाटतं, मुलं व्हायच्या आधी कशा असतो आपण! आपल्यातच असतो फक्त. मी, माझ्या आवडीनिवडी, माझं शिक्षण, माझं कथक, मित्र-मैत्रिणी, आई-बाबा, भावंडं. आता मात्र प्रत्येक वेळेला स्वत:आधी मुलांचा विचार करावा लागतो.

कधीकधी त्रास होतो.

२ जानेवारी

काल काय लिहिलं ते आज परत वाचलं. असं वाटलं की बरं झालं मनात आलेलं हे सगळं लिहून काढलं ते.

कालचा दिवस असा, तर आजचा दिवस वेगळाच होता. आज बुधवार. शाळेत खाऊचा डबा द्यायचा होता. सकाळी माझ्या आवडत्या वेळेला उठले आणि सीप्पा शिरा करून डब्यात दिला. तरी बरं. दोघांचं एकमत झालं म्हणून. नाहीतर एकाने शिरा म्हटलं की दुसऱ्याने पोहे म्हटलंच म्हणून समजा. म्हणून मी त्यांना काय विचारायलाच जात नाही. मला हवं ते करून मोकळी होते. त्यांना कंपल्सरी खायलाच लागतं मग!

बाकी मी आज दिवसभरात काही केलं नाही. करण्यासारखं काही नव्हतंच. आजारी पडणार असं वाटत होतं. थकले होते खूप स्वयंपाक तेवढं केला. मुलांचा अभ्यासही घेतला...

बस्स इतकंच.

४ जानेवारी

काही घडलंच नाही तर काय लिहू?

तेच ते. स्वयंपाक. मुलं. भांडणं सोडवणं. अभ्यास घेणं. दुपारच्या सीरिअल्स. खूप थकते मी एवढं करूनच. मग झोपते दुपारी.

नाही म्हणायला पेपरमध्ये एक लेख वाचत होते. त्यातलं हे वाक्य खूप आवडलं. कॉलेजमधला मुलगा म्हणत असतो,

''जरी जग सांगत असलं की सोडून दे, तरी मन म्हणत असतं, नको सोडू. जरा थांब अजून.''

या वाक्यावर बराच विचार चाललाय मनात. उगाचच आपलं.

आता हे घरातलं करता करताच नाकी नऊ येतात माझ्या. फक्त दुपारीच तेवढी विश्रांती मिळते. शनिवार-रविवारी तेही नाही. अभ्यास आणि भांडणं... खाणं आणि मारामाऱ्या बस्स. हे करता करताच वैताग येतो नुसता.

५ जानेवारी

आज शाळेत गेले होते. मुख्याध्यापक, टीचरनी बोलावलं होतं. मागे आमच्या बोलण्यामधून त्यांना कळलं होतं की मी कथक शिकलेली आहे.

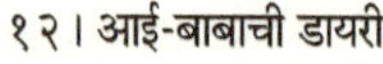

म्हणून मला गॅदरिंगमध्ये मुलांचा नाच बसवायला बोलावलं आहे. मला फारच आनंद झाला. मी लगेच 'हो' म्हटलं. सहावीच्या आणि आठवीच्या मुला-मुलींचा नाच बसवायचा आहे. मी या आधी कधीच हे केलेलं नाही; पण 'जमेल का मला', अशा काही प्रश्न त्या समोर असताना असताना माझ्या मनात आला नाही. मी जबाबदारी घेतली आणि कोणती गाणी घ्यायची ते ठरवूनही आले.

टीचरनी सगळ्या मुलामुलींशी माझी ओळख करून दिली. सांगितलं की, 'या तुमच्या डान्स टीचर आहेत'. जरा टेन्शन आलं. मोठ्या मुलांची सवयच नाही ना मला.

घरी आल्या आल्या लगेच डायरी लिहायला बसले. आता लिहिताना वाटतंय, जमेल ना मला? मुलं ऐकतील ना माझं? क्लासमध्ये कसं, ताई असायच्या सोबत. मी त्यांच्याकडे शिकतही होते. इथं सगळं माझं मलाच ठरवायचं आहे. तेही दहा-वीस मुलांसाठी. त्यांच्या स्टेप्स, वेगळ्या फॉर्मेशन्स, ड्रेपरी सगळंच. वेळही तसा कमीच आहे म्हणा हातात.

- ### ६ जानेवारी

सकाळी-सकाळीच वेळ काढून पटकन लिहिते आहे.
काल स्वप्नात मी नाचतच होते.

- ### १५ जानेवारी

डायरी लिहायला वेळच मिळत नाहीये निवांत. गॅदरिंगचीच तयारी चालू आहे. मजा येते आहे.

- ### २० जानेवारी

मला या सगळ्या दिवसात इतकं छान... इतकं छान वाटतंय म्हणून सांगू. सध्या मी मुलांबरोबरच शाळेत जाते आहे डबा घेऊन आणि त्यांच्याबरोबर परत येते. दोन्ही नाच बसवून झाले. काही मुलांना स्टेप्स लवकर जमतात. काहींना थोडा वेळ लागतो. विसराविसरी होते. ठरवलेली स्टेप कितीकदा बदलावी लागली; पण मजा येते आहे. आता नाच छान बसले आहेत. नाच बसवण्याशिवाय इतरही काहीबाही मदत त्यांना केली. पहिलीतल्या एका मुलाची आईपण येते शाळेत मदतीला. तिच्याबरोबर आणि आर्ट टीचरबरोबर मस्त काम

केलं. सोनेरी कागदांचे मुकुट बनवले. गुलाबी-लाल-चंदेरी-हिखे असे खूप सारे पंख बनवले. फुलपाखरांचे पंख, पोपटांचे पंख बनवून ते रंगवले, टिकल्यांनी सजवले.

रविवारीसुद्धा प्रॅक्टिसला गेलो आम्ही तिघं. बाबा घरात एकटेच. त्यालाही बरं वाटलं असेल जरा. संध्याकाळी घरी आलो तर बाबांनी अर्धामुर्धा स्वयंपाकसुद्धा करून ठेवला होता.

● २१ जानेवारी

आज झालं गॅदरिंग. मलाच इतकं टेन्शन आलं होतं की, मनात सारखं हेच की, ही मुलं करतील ना नीट नाच? पण सगळ्या मुलांचं काम छान झालं. ही दोघंही त्यांच्या वर्गात नाचात होती. छान नाचले दोघंही. त्याला तर थोडी अॅक्टिंगही करायची होती अधूनमधून. बेट्याने मस्त केलं काम. टाळ्या मिळवल्या. माझी सहावीतली आणि आठवीतली मुलंही मस्त नाचली. माझं ओझं उतरलं. सगळ्या स्टेप्स ठरवल्या तशा पार पडल्या. नव्हे; स्टेजवर ड्रेसिसकट असल्यामुळे जास्तच खुलल्या. शिवाय शिक्षकांनी स्टेजवर बोलावून मला धन्यवाद वगैरे दिल्यामुळे एकदमच कॉलर ताठ झाली माझी. मुलांची आणि बहुतेक नवऱ्याची पण. मी नाचातल्या मुलांबरोबर सेल्फी काढत होते, तर त्याने आमच्या सगळ्यांचे बरेच छान छान फोटो काढले. अजूनही मनातून नाच काही जात नाहीये. अजूनही नवी वेगळी गाणी सुचताहेत. त्यावर वेगवेगळ्या स्टेप्स सुचताहेत.

वाह... मस्त गेला आजचा दिवस माधुरी...

चल, आता इस बातपे एक कडक चाय हो जाय...

ही खरं तर चहा प्यायची वेळ नाही. रात्र झाली आहे. झोप आली आहे; पण मी दमलेली नाही. मला खूप आनंद झाला आहे.

● २२ जानेवारी

मस्त थंडी पडली आहे. आम्ही दुपारी खडकवासल्याला फिरायला गेलो. भर दुपारीसुद्धा थंडी वाजत होती. मुलांना धरणाचे दरवाजे दाखवले. केवढं वेगात पाणी येत होतं. सगळे दरवाजे उघडल्यावर तर कसलं भारी वाटत असेल.

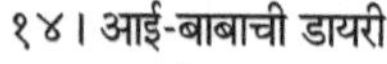

गंमत म्हणजे घरी आल्यावर लेकीने लगेच चित्र काढायला घेतलं. त्या चित्रात तिने त्या दरवाजांचंच चित्र काढलं, तिला जमेल तसं.

● २३ जानेवारी

आज सोमवार. सगळे आपापल्या कामात. मी घरी. आता माझं काय काम शाळेत?

काहीच नाही. कंटाळा आला आहे, असं वाटतंय. काय करावं?

● २८ जानेवारी

पुन्हा या दिवसांत काही केलंच नाही विशेष.

मगाशी एका सीरिअलमधली एक सासू तिच्या सुनेला म्हणत होती, 'आई आनंदी तर मुलंही आनंदी.' किती खरंय ना हे वाक्य? मी आता ताईलाही फोन करणार आहे. हे वाक्य ताईला पण सांगणार आहे. आवडीचं काम तिला करायला मिळतं, त्यामुळे ती खूश असते कायम. ती कधी दमत नाही. कंटाळत नाही. दुपारी झोपत नाही माझ्यासारखी. उलट कामात असते म्हणून मजेत असते. ती पण आणि तिचं घरपण.

मलाही काहीतरी करावंसं वाटतंय. आनंदी राहण्यासाठी काम करावंसं वाटतंय.

● ● ●

— १० मार्च —

शाळेत असताना सरांनी सांगितलं होतं, प्रत्येकाने रोज एक डायरी लिहिली पाहिजे. त्यात अभ्यास नाही लिहायचा हं! आज काय घडलं, वेगळं काय झालं, जे झालं त्याबद्दल आपल्याला काय वाटलं, आज कोणतं पुस्तक वाचलं, आवडलं का, का आवडलं, शाळेत काय नवीन शिकलो, हे त्यात रोज लिहायचं. डायरी. खूप भारी वाटलं होतं तेव्हा. खरं तर डायरी म्हणजे वहीच अस्ती. पण असं काय काय लिहलं की त्या वहीला डायरी म्हंतात.

आज सिद्धीच्या शाळेत कोणीतरी वह्या वाटल्या. तिच्याकडे आधीच खूप वह्या आहेत. शाळेनी दिलेल्या. लहानपणी माझ्या वहीवर होतं तसं लाल गुलाबांचं मोठं चित्र त्यातल्या एका वहीवर होतं. ती वही बघून मला एकदम माझ्या वह्यांची आठवण आली.

मी तिला म्हटलं, 'ही वही मी घेऊ का?'

तर ती म्हटली, 'तुम्हांला कशाला हो वही? तुम्ही काय माझ्यासारखे शाळेत जाता का? अभ्यास करता का? गणितं करणारे का माझ्यासारखी?' आणि लागली हसायला.

मी पण हसलो. पण तिला म्हणालो, 'शाळेत नाही जाणार. अभ्यास पण नाही करणार तुझ्यासारखा. पण माझा अभ्यास वेगळा असणारे. म्हणून मला लागतीये ती वही.'

शेवटी म्हणाली, 'बरं, घ्या ती वही. माझ्याकडे आहेत खूप साऱ्या.'

मग मी घेतली आणि गादीखाली ठेवून दिली.

शाळेत असताना लिहायचं म्हणजे कटकट वाटायची. शाळा बुडवून गावभर फिरायचो आम्ही मित्र मित्र. नदीवर जायचो. माझ्या मित्राच-अशक्याचं सायकलचं दुकान होतं. त्याला हवा भरायला यायची. पंक्चर काढायला यायची. आम्ही त्याला उगाच मदत करायचो. आमची मदत जरा जास्तच डोईजड व्हायला लागली की त्याचे अण्णा ओरडायचे. जावा म्हणायचे आता बाहेर. मग आम्ही तिथून निघायचो. अजून कुठे कुठे जायचो. शाळेच्या रस्त्याला सोडून कुठे पण बोंबलत हिंडायचो.

काही दिवसांनी सर घरी यायचे. 'शाळेत का येत नाही', असं विचारायचे. वडिलांना म्हणायचे, 'अहो, तो शिकू शकतो. त्याला अक्षर ओळख आहे. अंक ओळखतो. बेरजा - वजाबाक्या करतो. तोंडी पण करतो. अक्षर चांगलं आहे. त्याला रोज शाळेत पाठवत जा.'

आपल्या लेकराबद्दल मास्तर काहीतरी चांगलं बोलताहेत हे ऐकून वडील खूश व्हायचे. म्हणायचे, 'येईल उद्यापासून. मी पाठवेन त्याला. तुम्ही चांगलं शिकवा त्याला.' दुसऱ्या दिवशी भल्या पहाटे उठून वडील कामावर जायचे. मग कुठली शाळा अनब कुठलं काय? 'येईल उद्यापासून शाळेत.' हे एक दोन दिवसच व्हायचं.

असं सारखंच व्हायचं. कधीतरी ते कावून म्हणायचे, 'शाळा फी घेत नाही, तुम्हाला शिकवते, तरी जायला नको तुम्हाला.' त्यांना वाईट वाटायचं. असं झालं की दुसऱ्या दिवशी मी सरळ शाळेत जायचो. मित्रांना चुकवून. पण रस्त्यात मित्र भेटले रे भेटले की शाळेत जाऊच नाही असं वाटायचं. शाळेत न जाता कुठेतरी बाहेरच वेळ घालवायचा.

आता वाटतं, शाळा नीट शिकली असती तर सातवी झालोच असतो. आमच्या वर्गातले किती जण सातवी झाले. बंड्या, पक्या तर दहावी झाले. गावात त्यांचा सत्कार झालता. पण मी आणि आमची गँग - कोणी चौथी, कोणी पाचवी झालं. आणि मग सुटली शाळा.

आता सिद्धी शाळेत जाते. मनपाची शाळा आहे. फी नाही, वह्या –
पुस्तकं, गणवेश सगळं शाळाच देती. ती आता तिसऱ्या वर्गाला आहे. शाळा
जवळच आहे. तीच जाते एकटी.

मागच्या वर्षी शाळेवरून चाललो होतो. मुलांचा आवाज आला. एकदम
काय वाटलं काय माहीत, सरळ शाळेत शिरलो. दुसरीच्या वर्गात. मॅडम
शिकवत होत्या. मला दारात बघून सिद्धी आली.

मॅडमला म्हणाली, 'हे माझा बाबा आहेत.'

मी म्हणालो, 'सिद्धी माझी मुलगी. मी दिवसभर भंगारचं काम करतो.
गाडी घेऊन फिरतो. आत्ता शाळेवरून चाललो होतो. म्हणून आत आलो.'

मॅडम म्हणाल्या, 'यायचं अधूनमधून शाळेत. आपली मुलं शाळेत काय
करतात हे कळतं. आम्हाला पण त्यांचे पालक कळतात.'

'हो हो' म्हणालो आणि निघतच होतो तर मॅडम म्हणाल्या, 'सिद्धी छान
अभ्यास करते. कधी शाळा बुडवत नाही. सांगितलेला अभ्यास रोज पूर्ण करून
येते.'

मी सिद्धीकडे बघितलं. ती हसली आणि म्हणाली, 'ओ मॅडम, हेच माझा
अभ्यास घेतात. रोज घेतात. संध्याकाळी. मला पाटीवर लिहून दाखवायला
सांगतात. एक, दोन, शंभरपर्यंत म्हणून घेतात. पाढे म्हणून घेतात. धडे
वाचायला सांगतात. खूप बेरजा – वजाबाक्या करून घेतात. गुणाकार करून
घेतात. नाही केलं की रागावतात. म्हणतात, केलं नाही तर जेवायला देणार
नाही, आणि म्हणतात, अभ्यास केला नाही तर शाळेत पाठवणार नाही
उद्यापासनं. म्हणून मी रोज करते अभ्यास.'

हे ऐकून मॅडम मला म्हणाल्या, 'हो? तुम्ही घेता तिचा अभ्यास? रोज?'

मला एकदम लई भारी वाटलं. काय बोलायचं ते कळेना. कसंबसं एवढंच
बोललो की 'मला येतं तेवढं घेतो. जास्त काही येत नाही मला.'

मॅडमना काय वाटलं काय माहीत. त्या वर्गातल्या सगळ्या लेकरांना
म्हणाल्या, 'हे बघा, हे सिद्धीचे बाबा आहेत. आपल्याला भेटायला आले आहेत.
आणि ते रोज सिद्धीचा अभ्यास पण घेतात. न चुकता.' सगळे जण माझ्याकडे
आणि सिद्धीकडे बघायला लागले. मला काय करावं सुचेना. मी आपला
मॅडमकडे बघून हात जोडून उभा राहिलो.

मॅडम पुढे म्हणाल्या, 'त्यांनी तुम्हांला सगळ्यांना पण रोज अभ्यास करून यायला सांगितलं आहे. अंक पाठ करून यायला, धडे वाचायला सांगितले आहेत, हो ना सिद्धीचे बाबा? आणि धडे वाचायला पण सांगितले आहेत.'

मी हात जोडून उभा होतोच. तशीच मान हलवली आणि 'जातो' म्हणून वर्गाच्या बाहेर पडलो.

खूप भारी वाटत होतं. खूपच भारी.

सरांची एकदम खूप आठवण आली. मुलांनी शिकावं म्हणून ते परोपरीने सांगत होते. एकदा नाही तर पुन्हा पुन्हा सांगत होते. आणि आम्ही... त्यांचं ऐकत नसायचो...

...शाळा खरंच मस्त असते. लई भारी. का बरं शाळा बुडवली असेल लहानपणी, असं सारखं वाटत होतं.

मी लहानपणी होतो त्यापेक्षा सिद्धी जास्त चांगली आहे, कधी शाळा बुडवत नाही.

सिद्धीकडून मागून घेतलेल्या वहीत, तिचाच पेन वापरून, एवढं सगळं एका दमात लिहून काढलं. ते पण मागच्या वर्षींचं.

आता काय लिहिणार? काय घडतं असं माझ्या 'आयुष्यात' 'रोज'?

●●●

आज फार बरं वाटतंय. लेकीला शाळेत घालता आलं ते फार बरं झालं. आज तिच्या शाळेत कार्यक्रम होता, म्हणून घरच्यांना बोलावलं होतं. ती नाच करणार होती. आम्ही सगळे गेलो होतो; पण जिनं तिचा नाच बघायला हवा होता तीच नव्हती.

माझी लेक. साक्षी. शाळेत जाते तेच तिच्यामुळे. सगळ्या मुलांबरोबर शाळेत जाते. हसते. खेळते. नाच करते. थोडं फार बोलते-सगळं तिच्यामुळे.

माझी लेक दुसरीत आहे. ती लहान होती, म्हणजे अगदी बाळ होती सहा महिन्यांची. तेव्हा घरातले सगळे तिच्याशी बोलायचे. खुळखुळा दाखवायचे; पण ती नाही बघायची कोणाकडे. असं वाटलं की, नसेल बघत. त्यात काय एवढं?

मग लक्षात आलं की इतर मुलांसारखी ती बोलत पण नाही. तोंडातून आवाज काढत नाही. सासूबाई म्हणाल्या, 'हिला काय ऐकायला येतं की नाही?'

असं त्या आधीही म्हणाल्या होत्या, पण मी म्हटलं, 'माझ्या लेकीला ऐकताच येणार नाही आणि बोलताच येणार नाही असं कसं होईल?'

आज हे सगळं वहीत लिहिलं.

आणि वाटलं, मागची पानं वाचावीत आज.

सासूबाईंचं बरोबर होतं. माझ्या लेकीला ऐकायलाच येत नव्हतं, तर ती पोर बोलणार कशी? आम्ही तिचं नाव ठेवलं होतं, साक्षी. आम्ही तिला हाका मारायचो. पण तिला कसं ऐकू येणार?

आता कसं करणार? डॉक्टरला दाखवलं. ते पण तेच म्हणाले, "हिला ऐकू येत नाही. कानाला मशीन बसवावं लागेल. ते केलं तर ऐकू येईल."

आम्हाला सांगितलं कानाच्या डॉक्टरांकडे जा. ते सांगतील. आम्ही तसेच गेलो त्यांच्याकडे. ते म्हणाले, "मशीन लावलं तर ऐकू येईल नक्की."

आमच्याकडे मशीनसाठी पैसे नसणार हे त्यांना समजून चुकलं होतं, म्हणून ते म्हणाले, "मशिन घ्यायला पैसे देणारा कोणी भेटला, तर तुम्हाला खर्च करावा लागणार नाही. आपण बघू, प्रयत्न करू. पण जेवढ्या लवकर मशीन बसेल, तेवढं तिला लवकर ऐकू येईल."

"आमच्याकडे आधीच पैशांचा दुष्काळ. मी चार घरी घरकामं करते आणि माझा नवरा भाजी विकतो. घरात आम्ही तिघं मोठे आणि ही छोटी. त्यातून हा असला खर्च म्हणजे झालंच. तो कुठून करणार आम्ही?"

आम्ही दोघं म्हणालो, "बघू कसं जमतं."

कसे पैसे वाचवायचे, कसे मिळवायचे? कुठून मिळवायचे? अजून काय करायचं? हातातल्या छोट्याशा बाळाकडे बघून फार रडायला येत होतं.

एकीकडे डोक्यात हे चालू तर दुसरीकडं वेगळंच काही तरी.

आम्हाला दोघांना खूप वाईट वाटत होतं. पण आम्ही एकमेकांशी काही बोलतच नव्हतो. मला तर सासूबाईंची भीती वाटत होती. मला वाटलं, सासू माझ्यावर खवळते की काय. 'तुझाच दोष आहे, तूच नीट काळजी घेतली नसशील. कामं करत राहिलीस. आता कसं होणार? कशी मोठी होणार? हिच्याकडे कोण बघणार? कोण सांभाळणार? पोरीची जात? हिच्याशी कोण लग्न करणार?' मला तर हेच सगळं माझ्या कानात ऐकू येत होतं.

घरी पोहोचलो तसं रडायला यायला लागलं. मी फक्त सातवी पास आहे, तर लेकीने पण शिकावं वाटत होतं. दहावी, बारावी, कॉलेजला

जाईल असं वाटत होतं. सगळ्याच पोरी जातात, तशी ही पण जाईल. आपण साठवू पैसे, असं वाटत होतं. पण कसलं काय आणि कसलं काय?

सासूबाई जरा वेळाने घरी आल्या.

"काय झालं तुला?" मला म्हणाल्या.

"डॉक्टर काय म्हणाले," असं मला विचारत होत्या.

मी म्हणाले, "मशीन लावावं लागेल. मशीन लावलं तर ऐकू येईल आणि ऐकू यायला लागलं तर बोलेल."

मला वाटत होतं तसं काही झालं नाही. मला त्यांनी काहीच बोल लावला नाही. त्यांना पण खूप वाईट वाटलं. डोळ्यांत पाणी दाटून आलं. म्हणाल्या, "वरच्याची इच्छा."

जरा वेळाने विचारलं, "ते मशीन केवढ्याला येतं?"

मी म्हणाले, "महाग असतं. पण काळजी करू नका. पैसे साठवून घेऊ. डॉक्टर म्हणालेत, कोणी पैसे देणारा भेटला तर सांगतो. थोडा खर्च त्यांनी केला, तर थोडा आपण करू."

त्या दिवशी दिवसभर कोणी कोणाशी काही बोललं नाही. बाळाचा तेवढा आवाज घरात येत होता. रडायचा, काहीतरी मागायचा. बास तेवढंच.

रात्र तशीच निघून गेली.

९ जून १९९९

मागच्या जन्माचं पुण्य म्हणून अशी सासू मिळाली.

सकाळी उठून मी कामाला जायला निघाले तर सासूबाईंनी हाक मारली.

माझ्या हातात त्यांचं सोन्याचं कानातलं ठेवलं.

त्या आम्हाला म्हणाल्या, "आजंच मशीन घेऊन या, कानाच्या डॉक्टरकडे जाऊन. कोणासाठी थांबायला नको. आपल्या लेकीचं भलं-बुरं आपणच पाहायला पाहिजे. एक दिवसही उशीर नको. तिने माझा आवाज ऐकला पाहिजे. तुझा आणि ह्याचा आवाज ऐकला पाहिजे. जा, कामं आटोपून आधी डॉक्टरकडे जा आणि मशीन घेऊन या."

मला फार रडायला यायला लागलं.

"तुझं कानातलं नको, ते तुला तुझ्या आईनं दिलंय. मी जमवतो पैसे." हे म्हणाले.

"मी काय कानात घालून वर जाणाराय का?" सासूबाई म्हणाल्या.

मी तर सासूबाईंचे पायच धरले. म्हणाले, "संध्याकाळची दोन कामं जास्त करीन आणि तुम्हाला नवं कानातलं घेऊन देईन."

त्यावर त्या म्हणाल्या, "हो तर! माझी आईच लागून गेलीस किनाई. मी लग्न झाल्यावर पण माझ्या आईचंच कानातलं घालत होते. तू दिलेलं कसं घालीन? हिच्यासाठी कर काय करायचं ते. माझ्यासाठी नको."

शेवटी आजीच्या कानातला दागिना नातीच्या कानात असा सजला.

आजी बोलू लागली... ते नात ऐकू लागली. आजीच्या गाण्याला मान डोलावू लागली. आजी टाळ्या वाजवायची, नात त्यावर पाय नाचवू लागली. नातीच्या डोळ्यात भाव दिसू लागले, त्यामुळे आजीच्या डोळ्यातले भाव खुलले. आजी सतत गप्पा करू लागली नातीशी. जणू काही आधीचं सगळं भरून काढायचं आहे.

लेकीला ऐकायला यायला लागलं. थोडं थोडं बोलायलाही यायला लागलं.

१९ ऑक्टोबर २००१

माझ्या लेकीच्या आजीने आज डोळे मिटले. समाधानाने.
माझ्या लेकीला तिने नवं आयुष्य दिलं.

१० डिसेंबर २०१८

आज शाळेत ती हवी होती. नातीला स्टेजवर नाचताना बघून तीपण नाचली असती मनात.

•••

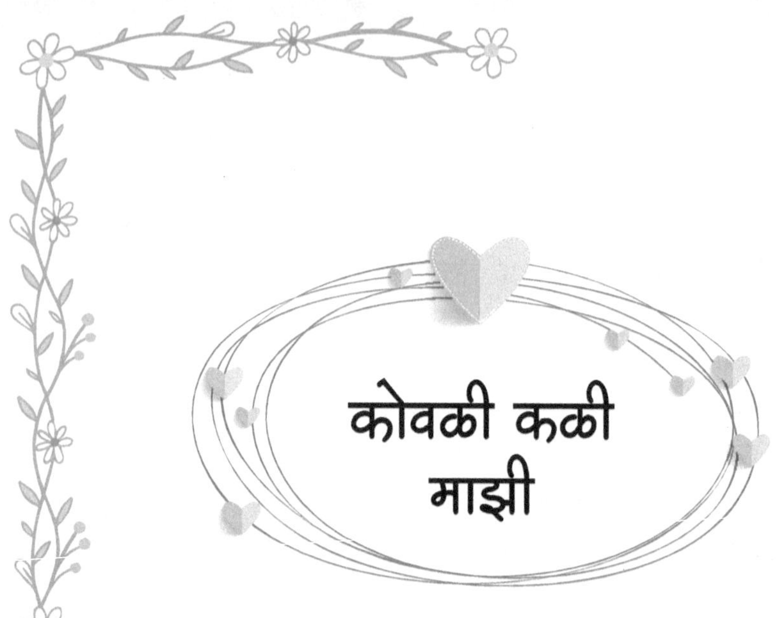

कोवळी कळी माझी

मी पहिल्यापासूनच डायरी लिहिते; म्हणजे अगदी कॉलेजमध्ये असल्यापासून. मी रोज रात्री झोपताना हे एक काम करतेच. दिवसभरात काय घडलं त्याची उजळणी होते. कधी छान अनुभव असतात, तर कधी छळणारे अनुभव. पण मी लिहितेच. गेल्या दोन महिन्यांपासून मात्र फिरकलेच नाही डायरीकडे. बाळ झाल्यानंतर सगळे दिवसच बदललेत. जे काही ठरवलेलं असतं ते काही करताच येत नाही. या आधी माझ्या डायरीने माझं करिअर, माझी स्वप्नं, माझा अभ्यास याबद्दल खूप काही ऐकलंय. दोन महिने मात्र थंड गेलेत. ती म्हणत असेल, नेहा काय करतेय सध्या? आहे कुठं? पहिले काही दिवस-महिने काहीच कळत नव्हतं. भंजाळल्यासारखं झालं होतं अक्षरशः. पण आता दोन महिन्यात मात्र बाळाला कसं सांभाळायचंय हे मला किंचितसं कळू लागलंय. त्यामुळे पाच-सात मिनिटं का होईना, मी रोज हिच्याकडे वळणार आहे. तिला माझ्या मनातल्या गोष्टी सांगणार आहे. माझं एका अगदी नव्या क्षेत्रात पदार्पण झालं आहे. वाटलं होतं त्यापेक्षा हा जॉब फारच वेगळा आहे. डे शिफ्ट-नाईट शिफ्ट दोन्ही सुरू आहे. हेच सगळं मी डायरीला सांगत राहणार आहे. रोज नाही; पण कधीतरी!

२ फेब्रुवारी

दिवस कसा जातो आणि रात्र कशी संपते हेच कळत नाही. बरं झालं, मी माझ्या आईकडे आहे, इथं माझी आजी आहे, बाबा आणि आजोबा आहेत. त्यामुळे आम्ही सगळे मिळून माझ्या बाळाची काळजी घेतो. नवरा रोज संध्याकाळी इथंच असतो. तो बाळाशी बोलायला आणि सांभाळायला शिकतोय.

तशी मी पण या क्षेत्रात नवीनच आहे. दोनच तर महिने होताहेत बाळ होऊन. पण मला त्याच्यापेक्षा जास्त समजतं, असं मला उगीच वाटतं.

५ फेब्रुवारी

खूप थंडी आहे. सारखे कपडे ओले. कितीही बदलले तरी. हीटर लावल्यावर जरा ऊबदार वाटलं. किती त्रास होत असेल तिला थंडीचा. बाकी वेखंडाचा वास मस्त येतोय बाहेरच्या खोलीतून.

या गुलाबी थंडीतली छानदार झोप! जाऊ दे, आवरा स्वतःला!

६ फेब्रुवारी

आज माझ्या मैत्रिणीने मला फोन केला आणि म्हणाली, सध्या व्हॉट्सअप बघत नाहीयेस का तू? मी म्हटलं तिला, त्याच्यापेक्षा खूप काही वेगळं आणि मस्त चाललंय माझ्या आयुष्यात.

खरंच, नवा सिनेमा कळत नाहीये, नवी गाणी मी गुणगुणत नाहीय. काही नाही. फक्त माझी बाळी. नेट बघितलं तरी गुगलवर 'two months baby' असं टाकून काहीतरी बघत असते. बाळांची डेव्हलपमेंट, घ्यायची काळजी, त्यांच्यासाठीच्या वस्तू. माझा विषय केमिस्ट्री असल्यामुळे डेव्हलपमेंट आणि त्यासाठीची केमिकल्स याचा संदर्भ नव्यानंच लागतो आहे. माझ्या विषयाच्या नवीन शाखेचा अभ्यास करायला मस्त वाटतंय.

● ८ फेब्रुवारी ●

आजचा दिवस मस्त गेला. नेटवर शोधून आम्ही बाळीचं नाव ठरवलं. साकुरा. हे नाव जपानी आहे. तिथल्या फुलांच्या ऋतुला साकुरा म्हणतात. आम्हाला दोघांना एकदमच आवडलं. तिला त्या नावाने हाक मारून बघितली तर पट्टीने मान हलवली (म्हणजे तसं आम्हा दोघांना अगदी स्पष्टच वाटलं.) घरात सगळ्यांना आवडलं. लगेच म्हणायला सुरुवातही केली.

● ९ फेब्रुवारी ●

साकुरा नावाने वेड लावलंय. 'याड लागलंय' म्हटलं तरी चालेल! इतकं वेगवेगळ्या पद्धतीने म्हणून बघतोय आम्ही हे नाव. गंमत वाटते आहे. साकुरा नावाची एक नवीन व्यक्ती आपल्या आयुष्यात आल्यासारखं वाटतंय. 'डिअर साकुरा, काय काय करायचंय आपल्याला छान छान. पोहायला जायचंय, गडावर जायचंय, समुद्रात स्कूबाडायव्हिंग करायला जायचंय.' मी इतकं काय काय सांगते. आजी पण भरपूर बोलते तिच्याशी. मी आजच वाचलंय, की आपण बाळांशी जे बोलतो, त्याची मदत त्यांना भाषा शिकायला होते. इतक्या लहानपणी भाषाशिक्षण? पण खरंय ते. म्हणून आम्ही ठरवलंय, छान गप्पा मारायच्या तिच्याशी. मोबाईलचे, टीव्हीचे आवाज मात्र लांबच ठेवलेत तिच्यापासून.

● ११ फेब्रुवारी ●

आज डॉक्टरांकडे गेलो होतो. तिथं एक सव्वा महिन्यांचं छोटं बाळ आलं होतं. आई-आजीबरोबर. त्याचे कान टोचून घेतले होते आणि ते कानातलं टोपड्यात अडकलं म्हणून त्याच्या इवल्याश्या कानाला जखम झाली होती. खूपच वाईट वाटलं. नंतर या बाबतीत डॉक्टरांना विचारलं, तर त्यांनी वेदनारहित गनची माहिती सांगितली. बरं वाटलं ऐकून. बाळाचं टोपडं सुटलं की बघू नंतर वर्षभराने!

☙ १२ फेब्रुवारी ☙

आज माझं बाळ २ महिन्याचं झालं. बरोब्बर १० डिसेंबरला सकाळी ६ वाजून १५ मिनिटांचा तिचा जन्म आहे. मला बरोबर त्याच वेळेला तिचा हात हातात घेऊन तिला wish करायचं होतं. एकदम फिल्मी स्टाईल! ''मेरी बेटी, मेरी साकुरा, मेरी सिमरन, तू तो अपनीही जिंदगी जियेगी. मेरी बच्ची, कभी कुर्बानी नहीं देगी!'' वगैरे वगैरे. पण नेमकी पहाटे चार वाजता ती उठली. ती उठली म्हणून मग काय! मी पण उठले. तिचे सगळे कपडे ओले झाले होते. ते बदलले. हेहेहे... माझ्या सिमरनचे. मला तो सिनेमा बघतानाही काजोलएवढीच तिची आई फरीदाही आवडलेली. व्वा! आई असावी तर अशीच.

पण ही माझी सिमरन मला फार फार जागवते. खरं तर असं म्हणावं लागेल, की हल्ली माझी काही झोपण्याची-उठण्याची वेळच राहिलेली नाही. मी कधीही झोपते आणि कधीही उठते. मी झोपते तेव्हा खरंच झोपलेली असते की नाही, कोणास ठाऊक? एरवी मी कधी कोणासाठी पहाटे चारला वगैरे उठण्याची काही शक्यताच नव्हती. नाहीच! एक वेळ अभ्यासासाठी (म्हणजे परीक्षेच्या अगदी आधी, आदल्या रात्री) मी जागलेली आहे, मैत्रिणींबरोबर गप्पा मारण्यासाठी जागलेली आहे. पण ते जागरण वेगळं आणि पहाटे-बिहाटे उठणं वेगळं. एकदा झोपले की झोपलेच. सूर्य उगवल्यावर खूप वेळाने मी उठणार. हीच माझी वर्षानुवर्षांची सवय. शाळेतच काय ती मी सहलीसाठी वगैरे लवकर उठले असेन, सहा वगैरे वाजता. पण ते कसं मजेसाठी. शिवाय तेव्हा आपल्याबरोबर सगळं घर, निदान आई तरी उठायची. बाबांना शाळेत सोडायला उठावं लागायचं. कधीकधी आईपण सोडायची. आम्ही दोघी मस्त सकाळ बघत जायचो. पण आता सगळंच बदललं आहे.

ही रात्री बारा-साडेबाराला झोपली. मग मी झोपले. ही दोन वाजता उठली. अर्थातच मीही उठले. बरं झालं ही १५ मिनिटांतच पुन्हा झोपली. मलाही लगेच झोप लागली. आता मला वाटलं, ही निदान सहापर्यंत झोपेल. पण नाही! चारलाच उठली. मग परत मी पण... ही काय झोप म्हणायची?

सहा वाजता हिच्यासाठी उठून 'हॅपी बर्थडे टू यू' म्हणायचं होतं. पण साडेचारला झोपली ते थेट सातला उठली. आणि मला...? मला सव्वासहाला जाग आलीच नाही. हिच्या आवाजानेच जाग आली. तेव्हा सात वाजले होते. ती भुकेने पण रडत होती आणि कपडे ओले झाले म्हणूनही! नुसतं जोरजोरात भोकाड! काही सुचू देईना! सगळं झाल्यावर मिनिटाभरात पुन्हा डाराडूर! कसलं 'हॅपी बर्थ डे' आणि कसलं काय! पण एक आहे. ती झोपताना, झोपल्यावर, रडताना, ओरडताना प्रत्येक वेळी फारच गोड दिसते. टकलंच आहे अजून; पण किती गोड दिसावं माणसानं, नव्हे पिल्लानं, नव्हे एका मुलीनं! माझी ती ठकी! माझी बार्बी! माझी रपुन्झेल! कसं वाटेल ना, केसांचा पत्ता नसलेली सुंदर रपुन्झेल! त्या रपुन्झेलची तर किती लांब वेणी आणि आमची ही अशी! झबलं-टोपडं-दुपट्यात गुंडाळलेली आणि सदा न कदा झोपलेली बाळी! गुळाचा खडा... नाही गुळाची खडी.. ई.. खडी काय? जाऊ दे! मलाही पुन्हा झोप येते आहे!

● १४ फेब्रुवारी ●

कोण कुठला सेंट व्हॅलेंटाईन? पण त्याच्या नावाने मनात कोणाकोणाविषयी प्रेम जागतं हे मात्र खरं. कॉलेजमध्ये असताना मित्र-मैत्रिणींबरोबर साजरा केलेला दिवस, गेली काही वर्षं फक्त नवऱ्याबरोबर केला साजरा. मात्र या वर्षी साकुराबरोबर साजरा केला आजचा दिवस! लव्ह यू साकुरा!

● २२ फेब्रुवारी ●

सगळेजण माझ्या चिमण्या साकुरावर आपापला अजेंडा राबवताहेत. आत्तापासूनच. त्यात मीही आलेच. मी तिला म्हटलं, 'साकुरा, तू मोठी झाल्यावर माझ्यासारखीच केमिस्ट्रीची प्राध्यापक होणार ना?' तर तो म्हणाला, 'नाही! ती स्पोर्ट्समध्ये जाणार.' बाबा म्हणाले, 'काहीही झाली, तरी खूप हुशार होणाराय.' आई म्हणाली, 'मी तर तिला गणित शिकवून

गणिततज्ज्ञ बनवणार आहे.' आजी कोपऱ्यात बसून नुसतीच खुदुखुदू हसत होती. जणू तिला म्हणायचं होतं, 'तुम्ही काहीही म्हणा, कल्पनांचे कितीही इमले बांधा. तिला जे हवं तेच ती करणार. तिच्या आवडीचं क्षेत्र कोणतं, हे कुठे माहितीये तुम्हाला?' आजी बोलली मात्र काहीच नाही.

✿ २५ फेब्रुवारी ✿

गेले दोन दिवस रात्रीची पूर्णच जागरणं. रखवालदार काकांचं काम काय असतं कळलं मला. कोणी चोर येत नाही ना, हे बघत जागत रहायचं. स्वतःलाच 'जागते रहो' म्हणायचं, जोरजोरात.

मी तिला झोप येते का, हे बघत रात्रभर जागते. ही टक्क जागी. बरं झालं! रडारड नाही. नुसतंच जागं. इकडं तिकडं टुकुटुकु बघत. रात्री बारा ते चार छान ड्यूटी. कॅमेरा असता तर बरं झालं असतं. मोठी झाल्यावर हिला दाखवलं असतं. बघ! किती जागरणं केली मी तुइयासाठी. किती गाणी म्हटली. अंगाईगीतं म्हटली, रात्रीची गाणी झाली, चंद्रावरची गाणीसुद्धा म्हणून झाली. मैत्रिणी आणि बहिणींबरोबर खेळलेल्या गाण्याच्या भेंड्या कामी आल्या. किती सहली आठवल्या. पण मॅडमचं झोपायचं नाव नाही.

आम्ही दोघी जाग्या. बाकी घर झोपलेलं. आई आली होती विचारायला. पण तिला म्हटलं, झोप तू, मी काय, ही झोपली की झोपेनच. ती जायला निघाली, तशी मी अर्ध राहिलेलं गाणं पुन्हा गायला सुरुवात केली. माइया त्या एकमेव श्रोत्यासमोर. माइया श्रोत्याला माझा आवाज खूप आवडतो. मन लावून ती गाणं ऐकत होती. जाताना आई माइयाकडे बघून अश्शी काही हसलीये... काय काय होतं तिच्या हसण्यात? सांगू? 'आत्ता कशी जागतेय. एरवी उठायचं नाव नसायचं आणि आता...' हा एक भाव होता. 'किती छान! झोप मोडली म्हणून चिडचिड न करता बाळाला कशी रिझवतीय' हा दुसरा भाव होता. 'माझं बाळ खरंच मोठं झालंय. आता ते आई झालंय' असाही भाव होता. मी हे सगळं स्पष्टपणे तिच्या डोळ्यांत वाचलं. अगदी एका क्षणात वाचलं. ती पण माझी गुणांची

आई आहे आणि ही बाळीपण गुणाचीच आहे. मला मज्जा वाटतेय रात्री जागायला, झोप मोडून घ्यायला. वेळी-अवेळी उलट्यांचे आणि शू-शीचे कपडे बदलायला. यात मज्जा वाटण्यासारखं काय आहे, असं मनात येईल कुणाकुणाच्या. पण माझी आज्जी म्हणालीये की, 'हे दिवस असेच्या असे पुन्हा येणार नाहीत तुझ्या आयुष्यात. पुढं मोठी झाली आणि तू म्हणालीस की, ये गं माझ्याजवळ. तरी ती नाक फेंदारून म्हणेल, बाळ आहे का मी आईच्या कुशीतलं? मोठी झालेय आता. त्यापेक्षा आत्ता छोटुशी आहे, तोपर्यंत भरपूर माया करून घे.' सही आहे आज्जी. मी काही वर्षांपूर्वी म्हणजे कॉलेजमध्ये असताना असंच वागायचे आईशी. म्हणून मी ठरवलंय, मज्जा करायची. त्रास करून घ्यायचं काही कारणच नाहीये. मोठी झाल्यावर जागवणार आहे का मला ही? नाही ना! मग आत्ताच आहे ही मजा. घ्या करून.

● २८ फेब्रुवारी ●

आज इंजेक्शनचा दिवस होता. इवल्याशा बाळाला इंजेक्शन देताना डॉक्टरांना पण मनातून वाईटच वाटत असतं, हे आज समजलं. कारण इंजेक्शन देताना ते तिला म्हणाले, ''सॉरी साकुरा; पण हे तुझ्या चांगल्यासाठी आहे!''

माझ्या मनात आज खूप काही वेगळं येतंय. ते मला लिहून ठेवायचंय. आपल्या छोट्याशा बाळाला सांभाळायला किती जण आहेत. वैद्यकीय सेवा आहेत, प्रेमाची माणसं आहेत. त्यांच्याशी बोलायला कोणीतरी घरात आहे. नाव ठरल्यावर लगेच तिच्यासाठी पॅनकार्ड काढणारा बाबा आहे. पण अशी किती मुलं-मुली असतील, माझ्या साकुराच्याच वयाची... ज्यांचं आज कदाचित जगात कोणीच उरलं नसेल! त्यांना किती गरज असेल माणसांची, त्यांच्या प्रेमाची.

मी माझ्या परीने, मला जे जमेल ते करणारच. अगदी उद्यापासूनच.

● ● ●

६ मार्च

माझी आई तशी एक जबाबदार स्त्री आहे. विचारपूर्वक निर्णय घेणारी. आपले निर्णय दुसऱ्यांना योग्य पद्धतीने समजावून सांगणारी. पण आता तिलाच काही गोष्टी समजावून सांगताना मला कठीण जातंय. ती स्पष्ट बोलली काही नाही. पण नाराजी किंवा अस्वस्थता दिसते आहे.

मगाशी बाळाला दुपट्यात गुंडाळत होतो, तर म्हणाली, 'मी करते ना, तू कशाला?'

म्हटलं, 'बरं. कर.'

पण मला वेगळंच वाटलं.

९ मार्च

दोन दिवस हॉस्पिटलमध्ये ती आणि साक्षीची मावशी अशा दोघी जणी थांबल्या. मी म्हटलं, आज मी रात्री थांबतो.

तर म्हणाली, 'तुला काही समजणार नाही. तू नको थांबूस'.

मी म्हटलं, 'आपण दोघं थांबू मग.'

तर ते तिला आवडलं नसावं. कारण पटकन म्हणाली, 'तूच थांब मग. मी कशाला?'

म्हटलं, 'चालेल.' मी एकटा थांबतो.

पण ती नाखूश दिसली.

त्या रात्री मी एकटा थांबलो. अर्थात डॉक्टर, नर्स, तिथल्या मावशी सगळेच होते. आपल्या मदतीला ते असतातच आणि अगदी नीट काळजी घेतात. त्या रात्री जागरण झालं, पण ठीक आहे. ते होणारच होतं.

त्याच्या दुसऱ्याच दिवशी साक्षी घरीच आली.

१२ मार्च

काय झालंय की, चार मार्चला आम्हाला बाळ झालं आहे. साक्षीची अगदी नॉर्मल डिलीव्हरी झाली. सकाळी संध्याकाळी जमेल तसं आपापली कामं, ऑफीसच्या वेळा सांभाळून आम्ही दोघं चालायला जायचो. मला कधी जमलं नाही तर त्या दोघी किंवा कधी साक्षी एकटी चालून यायची. चालणं, घरातली कामं हे ती कायमच करत राहिली. त्यामुळे आमचा मुलगा अगदी नॉर्मल पद्धतीने जन्माला आला.

त्याचा जन्म सकाळचा. आम्ही सकाळीच हॉस्पिटलमध्ये दाखल झालो. आणि काही तासांत बाळाचा जन्म झाला. सध्या हॉस्पिटल्समध्ये खूप साऱ्या पाहुण्यांना सोडत नाहीत. ते बाळ, त्याची आई आणि तिच्यासोबत असलेले –सगळ्यांच्याच दृष्टीने हे योग्य आहे. त्यामुळे सगळ्यांनाच आराम मिळतो. बाळ तर सारखं झोपलेलंच असतं. पण बाकीच्यांनाही विश्रांती मिळते. सध्या म्हणजे रात्रीचा दिवस आणि दिवसाची रात्र झालेली आहे. बाळ उठलं की सगळे त्याच्यापाशी हजर. अगदी अवतीभवती.

आम्हाला डॉक्टरांनी आधीपासूनच सांगितलं होतं की बाळ जन्मल्यापासून आईबरोबर बाबाने त्याचं – खरं म्हणजे बाळ आणि बाळाची आई यांची सर्व काळजी घ्यायला पाहिजे. बाळाला दुपट्यात छानपैकी गुंडाळणं, आई पण नवखी असते, त्यामुळे दूध पिण्यासाठी बाळाला आणि आईला मदत करणं, शी – शू काढणं हे सर्व बाबाने करावं. बाळाला झोपवणं, त्याच्या झोपेच्या वेळा बदलतात तेव्हा, आई-बाबाने आळीपाळीने जागरण करणं, सर्दी, ताप आला, लस दिल्यामुळे अंग दुखत असेल तर त्याची वैद्यकीय काळजी घेणं, औषध देणं, वाटी चमच्याने पाणी-दूध भरवणं, त्याच्याशी गप्पा मारणं, अंगाई

गीत गाणं हे सगळं बाबाने करायला पाहिजे, तर त्यांच्यातले बंध आधीपासूनच छान तयार होतात.

हे सगळं कसं करायचं, हे सांगण्यासाठी डॉक्टर असतात. त्यांचं पूर्ण मार्गदर्शन असतं. त्यांना हवे ते प्रश्न विचारू शकतो. हे सगळं करताना जशी आईच्या तब्येतीची काळजी घेतली जाते तशी बाबानेही स्वत:ची काळजी घ्यावी कारण त्याला कामं सांभाळून हे सर्व करायचं असतं. पुढे काही महिन्यांनी आईचं काम सुरू झाल्यावर तिला बाबाने आधीपासून केलेल्या या मदतीचा छान उपयोग होतो. बाळ दोघांकडेही आरामात राहू शकतं. बाळाच्या सवयी, तब्येतीतल्या बारीकसारीक कुरबुरी हे सगळं बाबालाही माहीत असणं आवश्यक असतं. हे सगळं डॉक्टरांनी समजावून सांगितल्यामुळे माझ्या मनाची आधीपासून अगदी छान तयारी होती. हे सगळं आईला माहीत होतं.

पण बाळ झाल्यापासून काय झालंय, काय माहीत... तिला असं वाटतंय की मी फारच कष्ट करतोय. मी एकटाच जागरणं करतोय, माझं खाणं नीट होत नाहीये. वगैरे वगैरे. वास्तविक असं काहीच नाहीये. आम्ही दोघंही जागरणं करतोय, दोघंही अधून मधून झोप घेतो आहे. बाळाला आता माझ्या हाताची, माझ्या आवाजाची छान सवय झाली आहे. मी त्याच्याशी बोलत असलो की अगदी टक लावून ऐकतो तो. मला हे सगळं खूप मस्त वाटत आहे. अजून एक भारी म्हणजे बाळ अगदी माझ्यासारखं दिसतं. मग मला जास्त मज्जा वाटते, बाळाला बघायला.

पण आईची माझ्याबद्दलची काळजी – अतिरिक्त काळजी बघून मला वाटायला लागलंय की माझ्या आईला मीच नुकताच झालोय आणि ती अगदी फारच काळजी घेतेय तिच्या बाळाची. मी तिला तसं म्हटलंसुद्धा. बरं, मी काही कायम आईच्या जवळ राहिलोय असंही नाही. चांगली तीन वर्षं मी घराबाहेर मुंबईत होतो शिकायला. तेव्हाही ती फोनवरून संपर्कात असायची. पण झोप झाली का, जागरण होतंय का, पित्त होईल हं अशी काही काळजी तिने माझी तेव्हा केलेली नाही. मग आत्ताच तिला काय झालं?

१५ मार्च

कदाचित असं असेल की बाळासाठी ज्या काही खस्ता वगैरे खायच्या त्या आईने, असं पिढ्यान्पिढ्या चालत आलेलं आहे. बाबा लोकसुद्धा मुलांसाठी

खूप काही करतात, करत आलेले आहेत. पण इतक्या लहानपणापासून सर्व काळजी घेतात हे ती पहिल्यांदाच पाहते आहे.

त्यामुळे हा नवा ट्रेंड तिला जरा अवघड वाटतोय.

१७ मार्च

आज मी या विषयावर आईशी बोललो.

तर ती म्हणाली, माझं काय? तुम्ही आई बाबांनी मिळून जे काही ठरवलं असेल ते करा.

ती असं म्हणाली तरी मी तिच्याशी जरा बोलत राहिलो, तेव्हा तिचं खरं दुःख बाहेर आलं. बोलता बोलता ती म्हणाली, घरी आलेल्या पाहुण्यांसमोर आपला मुलगा सगळंच काही करतोय हे जरा चमत्कारिक वाटतं.

याचा अर्थ आईला बाहेरच्या व्यक्तींसमोर आपला मुलगा हे सर्व करतो आहे यामुळे अवघडल्यासारखं वाटतंय. इतकं मोकळेपणी बोलणं झाल्यावर मी तिला नीटपणे माझी बाजू समजावून सांगितली.

'एक तर तुमच्या पिढीला बाबाचा संबंध कुटुंबाच्या उदरनिर्वाहाशी जोडला जायचा. पण आता आम्ही दोघं ही कमावतो. हे पहिले दोन तीन महिने जास्त जिकिरीचे, जास्त धावपळीचे आहेत, त्या वेळेला आम्ही दोघं एकमेकांच्या साथीला उभे असलो तर ते जास्त चांगलं नाही का? हा सगळा भार तिच्या एकटीवरच का टाकायचा? किंवा तुम्हा दोघींवर का टाकायचा?

बायोलॉजिकली जर मी त्याचा बाबा आहे ही महत्त्वाची जबाबदारी का झटकून टाकायची मी? आता मी दोघांबरोबरच सगळा वेळ काढतो, त्यामुळे बाळाच्या वेगवेगळ्या वेळच्या रडण्याचे वेगवेगळे अर्थ कळतात मला. त्याला भूक लागलीये का, दुपटं ओलं झालं आहे का, उगाचच कधी रडतो, हे मला कळतं आणि छान वाटतं. हे केलं नसतं तर रडण्यातले इतके छान बारकावे मला कसे कळले असते? हे सगळं मी करतो आहे, याचा मला खूपच आनंद होतोय, अगदी मनाच्या आतपासून मस्त वाटतंय मला.

तुला एक सांगू का? यात माझा एक लहानसा स्वार्थसुद्धा आहे बरं का? आधी नऊ महिने बाळ आईच्या पोटात असतं. बाळाला आईचा आवाज अगदी स्पष्ट ऐकू येत असतो आणि बाकीचे आवाज जरा दुरून, अस्पष्ट ऐकू येत असतात. आईच बाळाचं सर्व काही करत असते. बाळ असल्यापासून ते अगदी

मोठं होईपर्यंत. या सगळ्यात बाबा लांबूनच सगळं बघत असतो. असं मला माझ्या बाबतीत व्हायला नकोय. काही काही घरांमध्ये म्हणजे बऱ्याच घरांमध्ये आई आणि मुलांचं मेतकूट असतं. कित्येक गोष्टी बाबाला माहीतसुद्धा नसतात. कारण पहिल्या दिवसापासून बाबा लांब, आई जवळ असंच असतं. हे पटतंय का तुला?

हे आईला पटत होतं. आता मला सांग घरी येणाऱ्या पाहुण्यांसमोर आपल्या बाळाची आणि बायकोची काळजी घ्यायला अवघड का वाटून घ्यायचं?

२० मार्च

आज मी पुन्हा आईसमोर विषय काढला.

तिला म्हटलं, 'मी फक्त आताच नाही तर कायमच त्याच्या जडणघडणीत माझा वाटा उचलणार आहे. बाळाला गोष्ट सांगत भरवणार, त्याच्या आवडीचे पदार्थ स्वत: करून खायला घालणार, मोठं झाल्यावर वाढदिवसाला त्याच्या आवडीचे पदार्थ खाऊ घालणार, त्याच्या मित्रमैत्रिणींना वाढणार, शाळेत जायला लागल्यावर आम्ही दोघं विषय वाटून घेऊन त्याचा अभ्यास सुद्धा घेणार, त्याच्या शाळेत पालक सभांना जाणार. 'मला बरं नसल्यामुळे आमचे हे पहिल्यांदाच पालकसभेला गेले. सातवीच्या पालकसभेला जाण्याऐवजी चुकून आठवीच्या पालकसभेच्या वर्गात गेले. सगळं ऐकून आले. आणि त्यांना कळलं सुद्धा नाही की आपला मुलगा आठवीला नाही, सातवीला आहे,' असं कौतुकाने काही आया सांगतात, अशा बाबांपैकी एक मला व्हायचं नाहीये.

असं सगळं आईला समजून सांगितलं. तिला पटत सगळंच होतं, पण चेहऱ्यावरून काही अंदाजच येत नव्हता.

शेवटी मी तिला म्हणाली की, असं समज की आता बाबा लोक सुधारताहेत. आणि या सगळ्या सुधारणा बघण्याची तुझी – तुमची पहिलीच पिढी आहे. अशं डोळ्यांना बघण्याची सवय नसल्यामुळे अवघड जातंय. माझ्यासारखे अनेक बाबा हे करायला लागतील तेव्हा त्यात अवघड काहीच वाटणार नाही.

यावर ती हसली फक्त. बोलली काहीच नाही. मी पण समजून गेली, पहिल्या दिवसापासून बाबा आईच्या बरोबरीने करायला लागतील तेव्हाच आजीला वाटणारा अवघडलेपणा जाईल.

'मी हे गृहिणीपण माझ्या मर्जीने स्वीकारलं आहे'. हो. मला आवडतं होममेकर व्हायला. मला आवडतं घर सांभाळायला. मुलांसाठी, नातेवाइकांसाठी, मुला-मुलींच्या मित्र-मैत्रिणींसाठी घराची दारं उघडी ठेवायला आवडतं मला.

'मी हे गृहिणीपण माझ्या मर्जीने स्वीकारलं आहे'. हो. मी स्वीकारलं आहे हे माझ्या मर्जीने.

मी कॉमर्स पोस्ट ग्रॅज्युएट आहे. लग्नानंतरही बँकेची परीक्षा द्यायची होती. माझी आईही बँकेत नोकरी करायची. मला आवडायचं हे काम, गतीही होती त्यात. आईने आणि बाबांनी आम्हा दोघा भावंडांना सांभाळत नोकरी केली. त्यांची ओढाताण व्हायची, हे आम्हाला तेव्हा कळलं नाही तरी हळूहळू कळत गेलं. पण माझी पक्की खात्रीच होती की मी बँकेत लागणारच.

पण बँकेच्या परीक्षेची तारीख आणि बाळाच्या आगमनाची तारीख आसपासच होती. मी अभ्यास तर केला; पण परीक्षा बाजूला राहिली. पुढं प्रत्येक वेळेला ती बाजूलाच राहत गेली. मुलांचं शिक्षण आणि नवऱ्याचा वेळखाऊ व्यवसाय, यामध्ये माझी स्वप्नं बाजूलाच पडत गेली.

आधी इतरांशी बोलताना (गोड हसून आणि तितकंच आत्मविश्वासाने) मी म्हणत राहिले की, मी हे गृहिणीपद माझ्या मर्जीने स्वीकारलंय. मीच ठरवलं की घर आणि करिअर यामध्ये मी घराला प्राधान्य देणार आहे. इतरांशी बोलता बोलता चक्क माझीही खात्री पटत गेली, की हो! हे मीच ठरवलं आहे.

मला कधीच कोणी सांगितलं नाही, की तू नोकरी करू नकोस. पण कर असंही म्हटलं नाही.

पुढचे कोर्स कर, असं कोणी मला म्हटलं नाही आणि मग मीही स्वत:ला सांगितलं नाही. स्वत:ला जाब विचारला नाही. जिद्दीने उभी राहिले नाही. फक्त वाट मोकळी करत राहिले, स्वत: बाजूला सरकून.

हे मी सगळं आज लिहून काढणार आहे. मला माझी स्पष्टता यायला हवीच आहे.

मागच्या आठवड्यात तेजूचा रिझल्ट लागला. बारावीत कॉमर्सला ८२% मिळाले. तिच्या पुढच्या करिअरची घरात जोरात चर्चा चालू होती. मीही त्या चर्चेत होते. अचानक माझ्या लक्षात आलं, अशीच चर्चा माझ्याही बारावीनंतर झालेली होती. माझ्या ग्रॅज्युएशन आणि पोस्ट ग्रॅज्युएशननंतर घरात झाली होती. प्रत्येक वेळी भरपूर कौतुक झालं. पेढे वाटले गेले. मावश्यांकडून, आत्यांकडून छान भेटीही उकळता आल्या या निमित्ताने. हॉटेलमध्ये पार्टीही झाली होती मित्र-मैत्रिणींबरोबर. हे सगळं आठवल्यावर एकदम नॉस्टॅल्जिक झाले. नंतर काय झालं या सगळ्याचं? शिक्षणाचा उपयोग काय? मुलगी म्हणून मला बारावीपर्यंत फीसुद्धा भरावी लागली नव्हती. शासनातर्फे मुलींच्या शिक्षणाला प्रोत्साहन म्हणून मोफत झालं माझं शिक्षण. या सगळ्या शिक्षणाचा काय उपयोग केला मी?

अक्षरश: काहीही नाही. मला माझ्या मुलांना घरी शिकवता आलं, त्यांचा अभ्यास घेता आला, अडलेलं सांगता आलं, या पलीकडे काहीच नाही. घरातली बचत आणि गुंतवणूक यात माझा विचारही घेतला गेला नाही.

गृहिणी होणं हे मी स्वीकारलंय असं म्हणते, तेव्हा हेही अपेक्षित असतं का त्यात? असं बाजूला टाकणं? की बाजूला टाकण्यालाच 'गृहिणी' असणं असं म्हणतात?

मी आईसारखी जिद्दीने का नाही उभी राहिले? मुलांना सांभाळत का नाही करिअर केलं? माझे प्रयत्न अपुरे पडले की मी सुखासीन झाले? घरात प्रचंड

कामं असतात. घर सांभाळणं हीदेखील वाटते तितकी सोपी गोष्ट नाही, हे मला माहिती आहे. पण इतर स्त्रिया हे सर्व करून घर सांभाळतातच. हा वेळ त्यांनी स्वत:ला दिलेला असतो. स्वत:च्या बुद्धीला आणि शिक्षणाला दिलेला हा न्याय असतो. मी असा न्याय दिला नाही. मागं राहिले आणि मग मागंच पडले.

फार काही लिहिताच येईना परवा. एकदम नकारात्मक विचार साठून राहिले होते मनात आणि तेच भराभरा बाहेर पडले.

असू दे. हेसुद्धा महत्त्वाचंच होतं. ते नकारात्मक विचार बाहेर पडल्याशिवाय त्यांची जागा सकारात्मक विचार घेणार तरी कसे?

भूतकाळ पुसलाही जात नाही आणि पुन्हा लिहिताही येत नाही. पण वर्तमान आणि भविष्याचं तसं नाही. तो हातात असतो, त्यामुळंच नव्याने आणि केव्हाही लिहिता येतो.

आज मी काहीतरी ठरवलं आहे आणि विचारांची स्पष्टता येण्यासाठी ते लिहून काढणार आहे.

लेकीच्या करियरविषयक चर्चा चालू आहेत. ती आता नव्या अभ्यासक्रमाला लागेलसुद्धा. तिला आता वेगवेगळ्या दोन तीन परीक्षा द्यायच्या आहेत, एन्ट्रन्स एक्झाम्स!

मी पण स्वत:साठी अशीच एक परीक्षा देणार आहे. बघू या त्यात पास होते का!

आपल्या समाजात प्रमुख पक्षांच्या अध्यक्षा स्त्रिया असू शकतात. लोकसभा अध्यक्ष, राष्ट्रपती, बँकेच्या अध्यक्षा, कॉर्पोरेट कंपनीच्या सीईओ वगैरे मोठ्या स्थानांवर स्त्रिया असतात. पण दुसरीकडे मुली आपली स्वत:ची छोटी-मोठी स्वप्नं बघतात. लहानपणापासून तारुण्यात येईपर्यंत मनात आकांक्षांची जोपासना करतात. पण पुढं संसाराच्या एका टप्प्यावर तीच स्वप्नं आणि आकांक्षा मोठ्या प्रेमानं बासनात बांधून ठेवतात आणि म्हणतात, मी माझ्याच मर्जीने गृहिणीपद स्वीकारलं आहे. कोणताही मागचा पुढचा विचार न करता जसं मी केलं तसं!

काल तेजूशी फार गंभीरपणे बोलले. माझ्या आईंची नोकरी, माझं शिक्षण आणि मी न केलेलं माझं करियर याबद्दल बोलले. त्यात अर्थातच तिचं (केव्हातरी होणारं) लग्न, तिच्या जबाबदाऱ्या आणि त्यातून तिला घ्याव्या लागणाऱ्या जबाबदाऱ्या हेही सांगितलं.

मी तिला *म्हटलं,* की करियरच्या एका महत्त्वाच्या टप्प्यावर तू आहेस. जिथं आहेस तिथून पुढं जाणं महत्त्वाचं आहे. तू जे काही करियर निवडशील, तो विषय तुझ्या आवडीचा आहे का, त्यात संधी किती आहेत, हे बघशील. यातून आर्थिक हित किती आणि कसं मिळणार आहे, याचा विचार तर करशीलच. त्याचबरोबर हाही विचार कर, की त्या विषयाचीही आपल्याकडून काही मागणी आहे. आपण शिक्षण आणि अनुभव घेतो, तेव्हा साहजिकच त्या विषयातली एक अनुभवी व्यक्ती असतो. इतरांना आपल्या शिक्षणाचा, कौशल्याचा उपयोग होऊ शकतो. लग्न झालं आणि मुलं झाली म्हणून आपल्या अनुभवांना पूर्णविराम द्यायचा नाही. स्वल्पविराम घ्या हवं तर! मात्र पुन्हा जिद्दीनं परतता आलं पाहिजे. कुठल्या ना कुठल्या प्रकारे त्या विषयाला आपली सेवा देऊ करायला हवी.

लेकीच्या करियरचा विचार मलाच एक नवी दृष्टी देऊन गेला. एम. कॉमची मार्कलिस्ट धूळ खात पडली होती. तिला बाहेर काढलं. त्या मार्कलिस्टवरून प्रेमाने एकदा हात फिरवला. मलाच मी पुन्हा एकदा आठवलं. या मार्कलिस्टचा यथार्थ उपयोग केला. माझी सर्टिफिकेट्सची फाईल घेऊन अनेकांना भेटले.

हे केल्यामुळंच माझं थांबलेलं शिक्षण पुन्हा एकदा सुरू झालं आहे. अकाउंट्सशी संबंधित नव्या कोर्सला प्रवेश घेतला. त्याचबरोबर एक ऑगस्टपासून मला अकाउंट्स शिकवणाऱ्या मॅडमच्या फर्ममध्ये जॉबसुद्धा मिळवला.

माझ्या गृहिणीपदाच्या प्रमुख जबाबदाऱ्या पार पडल्या. आता पुढे...!

●●●

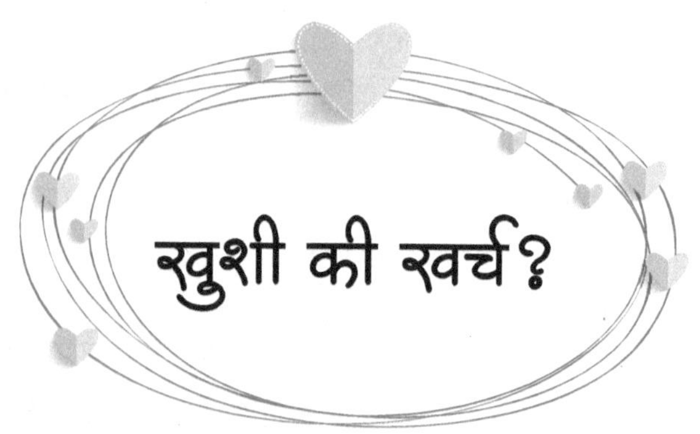

खुशी की खर्च?

१ एप्रिल

आठ-दहा दिवसांत शाळेची परीक्षा संपेल. मग अख्खी दोन महिन्यांची सुट्टी! ही सुट्टी आली की मला फार जिवावर येतं आजकाल. सुट्टी म्हटली की खर्च वाढणारच. म्हटलं तर प्रश्न एवढ्यास्साच. कुणाला सांगितलं तर म्हणतील, 'अगंबाई, यात काय टेन्शन घ्यायचं एवढं?' पण खर्चाचं, तेही, नको त्याच्या डोक्यावर जेव्हा आपला पैसा जातो, तेव्हा टेन्शन येतंच येतं.

हॉस्पिटलमधल्या डॉक्टरबाईंनी काल विचारलं मला, की 'तुला अचानक कसलं टेन्शन आलंय का?' त्यांचं फार लक्ष असतं सगळीकडे. माझ्याकडेही असतं. घरी आम्ही दोघीच असतो, हे त्यांना माहीत आहे. त्यामुळे त्या अगदी मी जेवले का, अशीही चौकशी करतात?

मी त्यांना काल काही सांगितलं नाही. 'कसलंच टेन्शन नाही मला', असं म्हणाले. पण तरीही आज त्यांनी मला एक वही दिली आणि म्हणाल्या, 'ताई, तुम्हाला कसलंही टेन्शन आलं तर मला सांगा. मी काही मदत करू शकत असेन तर करेन. पण मला सांगण्यासारखं नसेल तर या वहीत लिहा. तुम्हाला हलकं वाटेल.'

२ एप्रिल

माझी मुलगी वरदा आहे आठवीत. ती आणि मी दोघीच आहोत एकमेकांना. तिचे वडील मागेच गेलेत. ते गेले तेव्हा वरदा चौथीत होती.

त्यांची हॉस्पिटलमध्ये नोकरी होती म्हणून त्यांनी तिला चांगल्या शाळेत घातलं. चांगल्या शाळेत गेली तर चांगलं शिकेल, म्हणून फी जास्त होती तरीही घातलं. पण एक दिवस खूप वाईट घडलं. रस्ता ओलांडताना एका गाडीने धडक दिली. ते त्यातच गेले. माझ्यासाठी हा खूप मोठा धक्का होता.

मला भेटायला म्हणून डॉक्टरबाई आल्या होत्या. त्यांनी सगळी परिस्थिती बघितली. त्यांनी 'आता घर चालवण्यासाठी काय करणार आहेस', असं मला विचारलं. मी तर तेव्हा काहीच करत नव्हते. बारावी शिकलेली होते. त्यांना सगळं सांगितल्यावर त्या म्हणाल्या, 'पुढच्या आठवड्यापासून हॉस्पिटलमध्ये कामाला या.'

मी लग्न झाल्यावर या शहरात आले. तोपर्यंत आमच्या गावाकडेच होते. छोटं गाव. शाळेत शिकायलाही शेजारच्या गावात जायचो आम्ही मैत्रिणी चालत चालत.

शहर नवीन होतं मला. एकदा वाटलं, आता काही शहरात राहायला नको. सरळ गावाकडे जावं. तिथं कसंही असलं तरी निभावतं. पण नंतर वाटलं, नोकरी मिळतीये आणि वरदाची शाळाही चांगली आहे, तिचं तरी चांगलं होईल. म्हणून नोकरी करायची ठरवली.

माझा एक प्रश्न कायमचा सुटला. पण नोकरीत सगळं शिकावं लागलं. कामाचं तर शिकायला लागलंच; पण लोकांशी कसं बोलायचं, कसं वागायचं, सगळ्यांबरोबर कसं राहायचं, हे शिकता शिकताच नाकी नऊ आले.

पण निदान त्यामुळेच शाळा चालू राहिली. दोघी मिळून काढू कसे तरी दिवस! पैसा राहतोय गाठीला, पुढं शिकायचं म्हटलं तर लागणारच आहे पैसा, असा माझा विचार होता.

८ एप्रिल

उद्या परीक्षेचा शेवटचा दिवस. तिला तिच्या सगळ्या मैत्रिणींना घेऊन घरी यायचं आहे. ती नेहमीच मैत्रिणींच्या घरी जाते. तेव्हा मला सांगत असते, की हिचं घर असं आहे, त्या घरात फ्रीज आहे, वॉशिंग मशीन आहे. दुसरीच्या घरात टीव्ही आहे. तर तिसऱ्या मैत्रिणीची आई नोकरीला जाते, ती गाडीवरून जाते.

मला खरं तर टेन्शन या गोष्टींचंच आलंय, की तिच्या मैत्रिणी आमच्या घराला काय म्हणतील? खरं तर वरदा समजूतदार आहे. पण तरीही मैत्रिणींबद्दल सांगते, तेव्हा नेहमीच म्हणते की, कुठं त्यांचं घर आणि कुठं आपलं घर! आपल्या घरात तर काहीच नाही.

दुसरं कारण म्हणजे वाढता खर्च. तेही खाण्यावरचा. खरंच, खाण्यावरच्या खर्चाचंच टेन्शन आहे मला.

एकदा म्हणाली, 'खाऊच्या डब्यात नेहमी पोहे काय गं देतेस? सँडविच, डोसा, इडली, चिप्स असं नाही का गं देऊ शकत?' हे सगळं कसं करायचं, म्हणून विचारलं हॉस्पिटलमधल्या एका ताईंना आणि शिकले. तिला हवं तसं करूनही दिलं. पण सँडविच करायचं म्हणजे वेगळे पैसे घालवून ब्रेड विकत आणायला लागतो. त्याबरोबर महागडं बटर आणि सॉससही लागतो. चिप्सलाही वेगळे पैसे घालवावे लागतात. शंभरची नोट मोडली जाते. पैसे उरतात; पण शिलकीतले पैसे असे वाया जातात. हो! वाया गेल्यासारखेच वाटतात मला ते. जो माणूस एक-एक रुपया करून पैसे जोडतो, त्याला त्यामागचं दुःख कळतं.

वाढदिवसाला शिरा देते डब्यात म्हटलं, तर म्हणाली 'नको! मला क्रीमचा केक हवाय.' मी दुकानात जाऊन चौकशी करून आले. तिला म्हटलं आणू या. आम्ही दोघी गेलो केक आणायला. तर म्हणे, 'हा नाही. दुस-या प्रकारचा केक. क्रीमच्या नेहमीच्या केकपेक्षाही वेगळा असतो तो. मोठ्या दुकानात मिळतो.'

काय करावं? डोकंच उठलं! शेवटी तिला हवा तसला डब्बल महागाचा केक आणला. मनात आलं, हा वाढदिवस एखाद्याच्या खुशीचा दिवस आहे की खर्चाचा? तिला म्हटलंही शेवटी, 'घाल आता माझ्या डोक्यावर हा केक.'

तर वाईट्ट चेहरा केला माझ्याकडे बघून.

अशा एक ना दोन गोष्टी. मी कसं तरी जमवून, जुळवून आणते. तर हिचे चोचले जास्तच वाढायला लागलेत.

एक दोनदा तिला सगळं समजावून सांगितलं, की 'आपल्या घरची परिस्थिती वेगळी आहे बाई. या अशा महागड्या वस्तू घरात नसल्या तरी

चालू शकतं.' तेव्हा ती ऐकते पण चेहऱ्यावरची नाराजी लपून राहात नाही. आपण कसे इतरांपेक्षा गरीब आणि ते कसं खूपच, खूप वाईट्ंय, हेच तिच्या चेहऱ्यावर दिसतं.

एवढी मोठी टेन्शन सहन केली मी आजवर. पण मुलीचं मन कसं जपावं तेच कळत नाही. की नाहीच जपायचं? सरळ सांगायला पाहिजे, की 'हे बघ, मी हे करू शकत नाही म्हणजे नाही.'

पण मग तिच्या मैत्रिणी, त्यांच्याकडच्या भारीतल्या वस्तू, त्यांची घरं, त्यांचं खाणं, हे सगळं आठवतं आणि निमूटपणे तिला हवं ते आणून देते.

शिलकीत काही राहतच नाही.

खूप दिवसांनी लिहिलं मी. बारावीच्या परीक्षेनंतर नाहीच.

पण डॉक्टरबाई म्हणतात ते खोटं नाही. मन हलकं होतं. आपल्याच मुलीच्या तक्रारी आपण कोणापाशी करू शकत नाही. ऐकणारी माणसं काय म्हणतील? हिची मुलगी वाया गेलीय, डोक्यावर चढून बसलीये, आईला होणारा त्रास हिला समजत नाही. असं काही कोणी वरदाबद्दल बोलायला नकोय मला.

काल सगळ्या मैत्रिणींना घेऊन घरी आली होती ती. चार मैत्रिणी आल्या होत्या. मी जेवण बनवून ठेवलं होतं. म्हटलं, परीक्षेवरून इकडेच येताहेत, तर भुका लागलेल्या असतील. जेवतील.

संध्याकाळी घरी येऊन बघते तर जेवण तसंच. वरदाला विचारलं तर म्हणाली, 'आम्ही जेवलो नाही. तुझ्या त्या पिशवीतले चाळीस रुपये घेतले. दुकानातून नुडल्स आणले. शिजवले आणि खाल्ले.' तिने मला चाळीस रुपयांची रंगीबिरंगी रिकामी पाकिटं दाखवली.

मी डोक्यावर हात मारून घेतला. काय करणार? गेलेले पैसे थोडीच परत मिळणारेत?

जेवढ्या पैशात आठ दिवसांची भाजी झाली असती, ते पैसे एकाच खाण्यात खर्च झालेत. संताप झाला जिवाचा. मी कमवते कशासाठी आणि

ही पैसा उडवते म्हणजे काय? आईच्या पायांतल्या झिजलेल्या चपला दिसत नाही का हिला? आई दोनच साड्या वर्षानुवर्षं वापरते हे माहीत नाही का?

मेहनत करायला तयार आहे मी, काटकसर तर सवयीचीच आहे. पण हे काय? वरदाची शाळा ही एकच गोष्ट होती माझ्या आयुष्यात. पण आता हे कोण कोण शिरू बघतंय माझ्या घरात? कोणाकडे जातोय माझ्या कष्टाचा पैसा? आणि कशासाठी? हा फालतू खर्च नाहीये का?

आता लक्षात आलं माझ्या. स्वतःचा संताप करून घेऊन आणि वरदावर चिडून, संतापून काहीही उपयोग नाहीये. याचं उत्तर डॉक्टरबाईंकडेच आहे.

१८ एप्रिल

डॉक्टरबाईंकडे गेले. त्यांना सगळं सांगितलं. वही वाचायला दिली. मी वहीत लिहिलं म्हणून त्यांनी माझं कौतुक केलं. त्यांना म्हटलं, 'तुम्हाला कधी वेळ आहे हे सांगा. माझ्या मुलीला आणि तिच्या मैत्रिणींना तुमच्याकडे घेऊन येते. आता तुम्हीच काही तरी सांगा त्यांना.'

२० एप्रिल

वरदा, तिच्या मैत्रिणी आणि डॉक्टरबाईंच्या ओळखीच्या अजून वीस-पंचवीस मुली आज दवाखान्यात आल्या होत्या. डॉक्टरबाईंनी सगळ्यांना बऱ्याच गोष्टी सांगितल्या. काय खायला पाहिजे, काय नको, हे सांगितलं. सारखं विकतचं खाल्लं, तर पोटात कसले कसले आजार होतात, याची तर चित्रंच दाखवली. घरी केलेल्या खाण्यामुळे शरीराला काय काय चांगलं मिळतं, हेही सांगितलं. मुलींनीही त्यांना प्रश्न विचारले. त्यांनी सगळ्यांची उत्तरं दिली. पेपरमधले लेख वाचायला दिले. एक फिल्म दाखवली.

घरी आल्यावर वरदा म्हणाली, 'आई, थँक्यू. माझ्या मैत्रिणी खूप इम्प्रेस झाल्या आहेत हां तुझ्यावर.'

बाकी सगळं जाऊ दे. माझ्या डोक्यावरचं ओझं उतरलं. आता छान गावाकडचे भारी पदार्थ खाऊ घालीन त्यांना.

● ● ●

तिच्या मागं उभं राहताना...

२ मे

शाळेला सुट्ट्या लागल्या आहेत. पण शिक्षकांना कधीच सुट्टी नसते. उद्या सकाळी मी माझ्या एका विद्यार्थिनीच्या घरी जाणार आहे. तिच्या घरच्यांशी बोलायला. त्यांना धीर द्यायला. बघूया ते आपल्या मुलीच्या पाठीशी उभं राहतात का...

४ मे

पेपर तपासायचं काम संपलं आहे म्हणून बरं. नाहीतर विद्याकडे जायला कसा वेळ झाला असता कोणास ठाऊक? गावाच्या दुसऱ्या टोकाला एक टेकाड आहे. त्या टेकाडाच्या वर एक वस्ती आहे. त्या वस्तीत विद्या राहते. काल तिच्या घरी गेले, म्हणून कळलं त्या वस्तीवरची लहान मुलं-मुली कशी पहिलीपासून शाळेपर्यंतचा रस्ता कापत येतात ते. सोपा नाही त्यांचा रस्ता. अजिबातच नाही!

काल गेल्यावर कळलं, टेकाड नाही, मोठा डोंगरच आहे तो. मोठमोठ्या झाडांनी वेढलेला. एक छोटी पायवाट आहे. काट्या-कुट्यातून, पाला-पाचोळ्यातून गेलेली. सगळी चढण. उतरताना तीव्र उतरण. पोरं येतात. पायात कधी चपला असतात, कधी नसतात. तरी तशीच येतात. याच वस्तीत विद्या राहते. अतिशय चपळ मुलगी आहे. महत्त्वाचं म्हणजे, सध्या ती आमच्यासाठी स्टार आहे!

आमच्या शाळेत मल्लखांबाचं प्रशिक्षण घ्यायला एक कदम सर येतात. शाळेतल्या प्रत्येकाला मल्लखांब शिकवतात. खेडीपाडी-कडेकपारीत वाढलेली ही मुलं अगदी सहजपणे मल्लखांब करतात. मागच्या आठवड्यात कदम सर म्हणाले, 'आता मुला-मुलींना स्पर्धेसाठी पाठवायला हवं.' त्यादृष्टीने तयारी करायला त्यांनी हळूहळू सुरूवात केली. तेव्हा विद्यामधलं विशेष कसब त्यांच्या लक्षात आलं.

त्यातून दोन मुलांना आणि एका मुलीला सरांनी स्पर्धेसाठी निवडलंय. त्या सगळ्या पालकांना मी भेटले. मुलांबरोबर निरोप पाठवला, की काही दिवसांनी जमेल तसं पालक येऊन भेटून जातात.

इथले पालक मुलांनाही दुसऱ्या गावाला पाठवायला फारसे तयार नव्हते. 'शाळेत शिकायला पाठवतो तेवढं बास की! आता खेळायला-बिळायला कुठं अजून पाठवायचं' असं काही जण म्हणतात. काही पालकांना मात्र खरोखर आनंद होतो. 'घ्या कुठे घेऊन जायचंय तिथं' असं विश्वासाने म्हणतात.

विद्याचे पालकही येऊन भेटून गेले. पण स्पर्धेसाठी घेऊन जाऊ का, विचारल्यावर फक्त 'सांगतो' असं म्हणून निघून गेले. उत्तर आलंच नाही. म्हणून मग त्यांच्या घरीच जायचं ठरवलं.

शेवटी काल विद्याच्या घरी जाऊन आले. हा सर्वच अनुभव लिहिण्यासारखा आहे. विद्याच्या घरची थोडीफार शेती आहे. घरातले सगळे शेतावर जातात. सुट्टीत मुलंही शेतात भरपूर काम करतात. मी भर दुपारची गेले होते. तेव्हा घरी कोणीच नव्हतं. आजी होती. त्यांनी सांगितलं शेताकडे जायला. म्हणून त्यांनी सांगितलं तशी गेले. मुलं आलीच पळत. सगळ्यांना फार आश्चर्य वाटलं. झाडाखाली बसून माझा पाहुणचार झाला. येण्याचं कारण सांगितलं, तसं मात्र सगळे विचारात पडले.

शेवटी विद्याचे वडील तिच्या आईला म्हणाले, की 'मॅडमना घरी घेऊन जा.' म्हणून मग आम्ही घरी आलो. तिच्या आईला सगळं सांगितलं. आईला पटत होतं; पण ती एकटी निर्णय घेऊ शकत नव्हती.

बघू या काय विचार करतात. त्यांचा दोन-तीन दिवसांत निरोप आला नाही, तर पुन्हा जाईन मी.

८ मे

शेतीशास्त्र या विषयात एम. एस्सी. झालेल्या माझ्या मुलीला पुढच्या संशोधनासाठी छत्तीसगडला पाठवताना मलाही काळजी वाटलीच होती. आईने काळजी करावी पण अवास्तव काळजी केली आणि योग्य वेळी खंबीर राहिलं नाही की मुली मागं राहतात. त्यांच्यातले गुण, त्यांच्यातलं धाडस झाकोळलेलंच राहतं.

मी खंबीर झाले, तशी विद्याची आई होते का हे मला बघायचंय. त्यासाठी मी प्रयत्न करणारच.

९ मे

विद्याच्या घरून निरोप आलाच नाही. उद्या जाणार मी पुन्हा तिच्या घरी.

१० मे

काल गेले विद्याच्या घरी. मागच्या वेळेप्रमाणेच सर्व काही घडलं. मी तिच्या आईबरोबर घरी आले. या वेळी विद्याला म्हटलं, तू पण चल. ती पण आली आमच्याबरोबर.

त्यांना मी सांगितलं की, 'विद्याला मल्लखांब चांगला जमतो. साठ– सत्तर मुलींमधून सरांनी तिची निवड केली आहे. ही गोष्ट सोपी नाही. स्पर्धेला शहरात जावं लागणार आहे. पण मी पूर्णवेळ तिच्याबरोबर आहे. माझ्या मुलीसारखीच तिची काळजी घेईन.' असं बरंच काही सांगितलं.

यावर तिची आई म्हणाली,

'माझं फारसं काहीच शिक्षण झालेलं नाही. खूपच छोट्या गावातली आहे मी. आमच्या गावात सातवीपर्यंत शाळा होती. तेवढी शाळा मी केली. त्यानंतर माझ्या बरोबरीच्या काही मैत्रिणी बाजूच्या गावात जाऊन दहावी झाल्या. मला पण जायचं होतं. वडील-काका नको म्हणाले; पण मैत्रिणीच्या आईला पुढं करून मी कशीबशी परवानगी मिळवली. घर मोठं होतं. आमच्या घरी माझे आई वडील होते. काका काकी, चुलत भावंडं होती. सगळेच जण सातवीपर्यंत शिकलेले. मी एकटीच दहावी झाले.

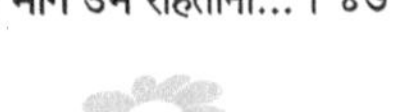

तसंच केव्हा तरी लग्न झालं. एका खेड्यातून मी दुसऱ्या खेड्यात आले. आज माझी मुलगी सातवीतून आठवीत जाणार आहे. आता काय सगळ्या मुली शिकतात. कोणाचा काही विरोध-बिरोध नसतो. उलट मुलांना शिकवतात, तशा मुलीही शिकतात. इथपर्यंत ठीक आहे. पण याच्यापुढं एकदम घर सोडून लेकीला आठ दिवस बाहेर पाठवायचं म्हणजे जास्तीच अवघड आहे,' असं सांगून त्यांनी निर्णय सांगून टाकला.

म्हणजे जवळपास नाहीच! मी हा विचार सोडूनच द्यायला हवा. नाही पाठवणार तिच्या घरचे. हे कदम सरांना लगेच सांगायला पाहिजे. म्हणजे ते दुसऱ्या कोणाचा तरी विचार करतील आणि तशी प्रॅक्टिस करून घेतील.

१२ मे

कदम सरांना फोन केला. सगळं सांगितलं. ते म्हणाले, बघू या, काय करायचं ते.

१५ मे

विद्याच्या घरी पुन्हा एकदा जाऊन येऊ का?

अर्थात विद्या आली नाही, तरी दुसरी मुलगी नक्कीच मिळेल; पण तिने का जायचं नाही, हा प्रश्न आहेच. काहीच ठोस कारण नाही.

२० मे

आजचा दिवस आश्चर्याचा आणि आनंदाचा ठरला.

सकाळी खूप लवकर म्हणजे सात वाजताच विद्या आणि तिची आई घरी आल्या. मला वाटलंच की त्यांनी विचार केला असावा. त्याप्रमाणेच झालं.

घरी आल्या आल्याच त्या म्हणाल्या, 'मॅडम, तुम्हाला सांगायला आले, की तुम्ही विद्याला घेऊन जा. त्या स्पर्धेत उतरवा तिला. नंबर आला तरी चालेल, नाही आला तरी चालेल. पण घेऊन जा.'

मला खूपच आनंद झाला. जरा वेळाने मी त्यांना विचारलंच, की 'हे तुम्ही कसं काय ठरवलंत?'

तर त्या जे म्हणाल्या ते साधारण असं,

'मी भांडून दहावीपर्यंत शिकले. पण मी किंवा माझ्या घरातल्या इतर बायका जिथपर्यंत जातात, तिथपर्यंतच तिने जायचं का? तेवढंच शिकायचं का? आम्ही शेतात काम करतो, तसंच आणि तेवढंच हिने पण करायचं का? तर नाही! तेवढंच करायचं नाही तिने. आमच्या पुढं जायचं. जे आम्ही किंवा आमच्या घरात कोणी केलं नाही, तेही तिला करायचं असेल तर तिने करायचंच.'

विद्याच्या आईला न राहवून मी विचारलं की, 'हा चांगला निर्णय तुम्ही कधी आणि कसा घेतलात हो?'

यावर त्या म्हणाल्या, की "तुम्ही येऊन गेलात, की आम्ही सगळे तुमच्याबद्दल बोलायचो. मॅडम किती चांगल्या आहेत, किती हुशार आहेत, किती छान बोलतात, सगळ्या मुलांची कशी काळजी घेतात हे पोरं आम्हाला सांगायची. आम्हाला पण ते कळून आलंच होतं. मग विद्याने काय करायचं, जायचं की नाही जायचं, हे आम्ही आम्हीच आमच्यात बोलत होतो. दरवेळी ती तिथंच असायची. आम्ही नाही म्हटलं की गप बसायची.

पण काल ती मला म्हणाली, 'मला जायचंय स्पर्धेला. आमच्या मॅडम शाळेत होत्या, तेव्हा त्या पण गेल्या होत्या दुसऱ्या शहरात. त्यांनी आम्हाला त्यांच्या लहानपणीची गोष्ट सांगितली होती एकदा.

आपल्याला सगळ्यांना मॅडम आवडतात ना? त्यांचं बोलणं आवडतं, त्या कशी मदत करतात, कशा आपल्या घरी आल्या हे सगळं आपल्याला आवडतं. मग मलाही पाठवा की त्यांच्याबरोबर. मग मी पण त्यांच्यासारखीच शिकीन. त्यांच्यासारखीच बोलीन आणि सगळ्यांना मदत करीन. सगळ्या मुलींना मी मदत करीन.' असं म्हटली तेव्हा मी ठरवलं की जे आम्ही केलं नाही, त्याच्यापुढं हिने जायला हवं. जे आम्ही नाही बघितलं, ते हिने बघायला पाहिजे. म्हणून मी तिला घेऊन आले. कधी जायचंय ते सांगा."

मला खूपच आनंद झालाय. विद्याची आई अखेर खंबीर झालीच!!

•••

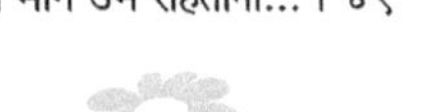

पाच वर्षांपूर्वी आपण भेटलो होतो. मी आणि माझी बायको आमच्या दोन वर्षांच्या मुलाला आणि पाच वर्षांच्या मुलीला घेऊन तुमच्याकडे आलो होतो. त्यावेळी आपलं जे बोलणं झालं ते सर्व मला आठवतं आहे. आणि त्याप्रमाणे आम्ही मुलांशी वागत होतो. त्या वेळी माझ्या मुलीला वर्तनसमस्या होत्या. आता त्या समस्या नाहीत.

मात्र आता मला तुमच्याशी वेगळ्या विषयावर थोडं बोलायचं आहे. मी तुम्हाला गेल्या काही महिन्यातली माझ्या डायरीची काही पानं वाचायला पाठवत आहे. ते वाचून मला सांगा की या परिस्थितीत मी काय करायला हवं? आणि मी घेतलेला निर्णय बरोबर आहे का?

१७ ऑक्टोबर

माझ्या बायकोला आयुष्यात काय हवं आहे, हे मी समजू शकलो नाही. आठ वर्षांचा माझा संसार आहे. पण आता तो डगमगायला लागला आहे. संसार म्हणजे फक्त भांडणं एवढाच याचा अर्थ आहे का? फक्त निराशा.

शाळेतून घरी आल्यावर नेहमीप्रमाणे वीरूचा दंगा चालू होता. आधीच डोकं दुखत होतं. त्यात हिने मेसेज करून टाकला होता की मी लवकर घरी येऊ शकत नाही. मी म्हटलं, ऑफिसमध्येच आहेस का अजून? तर मेसेज आला - नाही.

म्हणजे काय समजायचं? रस्त्यात आहेस? कोणाला भेटायला गेली आहेस? कोणी अचानक रस्त्यात भेटलं आहे की अजून काही? तिला कोणी दुसरं आवडतं का, ते ही नाही. खूपदा बोलून झालंय. तिचं एकच, माझ्या कुठल्याच इच्छा इथे पूर्ण होत नाहीत. मला हे काहीच नकोय. आर्थिक परिस्थिती वाईट आहे म्हणून तिला हा संसारच नकोय. असं म्हणणं तिचं.

आधीच घरात सतत भांडणं चालू असतात, तेव्हा अशा वागण्याने फार त्रास होतो. तो कोणाला सांगताही येत नाही. मनातलं वादळ मात्र काही केल्या थांबत नाही.

घरी येऊन पाचच मिनिटांत वीरू अक्षरशः अंगावर येऊन आदळला. शाळेच्या ट्रीपचे तीन हजार रुपये उद्याच्या उद्या भरायचे आहेत.

'हो', म्हटलं त्याला.

'नाहीतर मला जाता येणार नाही हां...' हे ओरडून बोललेलं वाक्य कानावर असं काही आपटलं की भडका उडाला.

दोन जोराचे फटके खाल्ले त्याने. ओरडून बोलला म्हणून. गाल पार लाल होऊन गेला. मला त्या क्षणी काय वाटलं ते मी शब्दांत नाही सांगू शकत. खूप लाजिरवाणं वागणं होतं माझं.

त्यानंतर घरात घोर सामसूम पसरली.

आम्ही तिघंही शांत.

थोड्या वेळाने तो सानूच्या जवळ गेला आणि म्हणाला, 'आई कुठे?'

त्या क्षणी त्याला जाऊन घट्ट मिठी मारली. त्यांची मनापासून माफी मागितली.

काय माहीत, कदाचित... अजून काही दिवसांनी त्याच्या आयुष्यात आई नसेलही...

बिनआईच्या पोरांशी कसं वागायचं हे शिकून घ्यायला हवं. अंगवळणी पडायला हवं. प्रेम द्यायला हवं. वाढत्या वयातली पोरं माझी. आई नाही आणि बाबाही कामातून गेलेला, असं व्हायला नको पुन्हा.

या सगळ्या वागण्याबद्दल, परिस्थितीबद्दल आतून चिडचिड. निराशा.

२९ ऑक्टोबर

वरचेवर घडताहेत असे प्रसंग. आज आमच्या दोघांतली भांडणं मुलांनी प्रत्यक्ष पाहिली. आधी त्यांना वाटलं असंच काहीतरी चालू आहे. म्हणून दोघंही नॉर्मल होते. पण आमचे आवाज वाढले. त्यात ती म्हणाली,

'हे जे काही चालू आहे, ते कधीच सुधारणार नाही. हे मला कळून चुकलंय. मी इथे राहू शकत नाही. आपण एकत्र राहू शकत नाही.'

हे ती मोठ्या आवाजात बोलली.

त्या वर मोठ्या आवाजात मी म्हणालो की, 'निघ इथून. काहीच गरज नव्हती तुझी आणि यापुढेही नसेल.'

ती घरातून निघून गेली.

मुलं अगदी शांत शांत झाली. कोणी कोणाला समजावून सांगायचं? लहानांनी मोठ्यांना की मोठ्यांनी लहानांना? ओरडलं म्हणून आता कोणी आम्हाला फटके द्यायचे? मुलांना मारणं किती सोपं आहे!

अर्ध्या तासाने ती परत आली.

पण कोणी कोणाशी बोलत नाही त्या दिवसांपासून. मुलांचं हसणं - खिदळणं संपून गेलंय. दोघंही दबल्यासारखी वागतात घरात. दुसऱ्यांच्या घरात वावरावं तसं चाललंय. एकदम शहाण्या मुलांसारखं.

२७ ऑक्टोबर

दिवाळी तोंडावर आहे. घरात मात्र अंधार आहे. मुलांच्या तोंडाकडे बघून कसंबसं चालू आहे. पण त्यात उत्साह नाही. चैतन्य नाही.

१८ नोव्हेंबर

दिवस कसेबसे संपताहेत. हा संसार अखेर तुटणार आहे हे नक्की.

१ डिसेंबर

आज मला घटस्फोटाची नोटीस मिळाली. म्युच्युअल डिव्होर्स घेऊन टाकायचा निर्णय अखेर घेऊन टाकला.

भांडणं टोकाला गेली. संसार तुटणार, असं लक्षात येत होतंच काही दिवसांपासून. मुलं मात्र माझ्याकडेच राहिली पाहिजेत. जमेल तसं मी सांभाळेन त्यांना. पण तिला देणार नाही असं ठरवलं होतं. ती तशीही रात्री दहापर्यंत घरी येत नाही. पण नोटीसमध्ये कळलं की मुलं तिच्याजवळ असावीत, असं काही म्हणणंच नाही तिचं.

८ डिसेंबर

नात्यातले, जवळपासचे लोक घरी आले. अगदी जवळचे. नाही म्हटलं तरी तिला दोष दिला गेला... तिला हवंय तरी काय हे कोणालाच कळत नाहीय. सगळं मुलांसमोर चालू होतं. मुलांना थोडं बाहेर पाठवून मी स्पष्टच म्हटलं, ही चर्चा थांबवू. मुलांसमोर त्यांच्या आईची इमेज आपल्यालाच जपायला हवी.

१० डिसेंबर

समुपदेशकाची भेट झाली. भांडणं व्हायचं कारणं काय? तर एकमेकांशी पटत नाही. मूळ कारण माझी आर्थिक परिस्थिती. यावर त्यांनी अनेक उपाय सुचवले. सगळं ऐकून घेतलं. झालं!

ती सध्या घरात राहत नाही. 'आई कुठे आहे?' या प्रश्नाला एकच उत्तर, 'आजीकडे गेलीये. येईल.'

घरात स्वयंपाकाला मावशी येतात. गेली दहा-बारा वर्षे त्या येतात, म्हणून सगळ्यांचंच नीट चालू आहे. परीची वेणी घालून देणं हे अतिशय अवघड काम मला काही केल्या जमत नाही. केस कापले की खूप छान दिसतील असं तिला पटवलंय मी. डबा भरून देणं, अभ्यास घेणं आणि त्यांच्यातली भांडणं सोडवणं ही कामं आहेत. पण ते ठीक वाटतंय. कारण आता आमची भांडणं हे घर पाहतच नाही, म्हणून ते शांत आहे. बरं वाटतंय.

मला बरं वाटतंय हे ठीक आहे. पण मुलांना आईची गरज असणार. आज नाही तर उद्या असेल, परवा असेल, कायमच असेल.

१२ डिसेंबर

आज तिला फोन करून सांगितलं. आपलं एकमेकांशी पटत नाही हे खरं आहे. पण जोपर्यंत एकत्र राहावंसं वाटत नाही तोपर्यंत वेगळं राहू. पण मुलांसाठी म्हणून घटस्फोट घ्यायचा विचार सोडून देऊ. काय मत आहे ते सांग.

१६ डिसेंबर

पहिल्यांदाच एकमत झालं आहे. मुलांचं भविष्य नजरेसमोर ठेवायचं. तिला हवं असेल तोपर्यंत वेगळं राहायचं आणि घटस्फोट घ्यायचा नाही.

●●●

कमावती

१८ जून

देवाने मला सगळं काही दिलं आहे आणि जे चुकीचं होतं, वाईट होतं ते माइ्यापासून काढून टाकून घ्यायचं मी ठरवलंय.

१९ जून

घरात पीठ नाही, तेल नाही. भात आहे. तेवढा लावलाय. ताक मिळालं आहे.

आज एवढंच. नवरा पैसे देत नाही. खायला पण काही नसतं घरात. लेकरांना कसं शिकवायचं?

१ जुलै

मी दोन्ही लेकरांना शिकवणार. माइ्या आई-बापाने मला शिकवलं. पैसा साठवून दहावी केलं. माइ्या बरोबरच्या मैत्रिणींपैकी, कोणी सहावीत,

कोणी आठवीत शाळा सोडली. मी दहावीपर्यंत गेले. पुढं शिकू शकतो, हे लक्षातच आलं नाही. शाळा होती तोवर शिकायचं एवढंच.

पण माझा हा नवरा लेकरांच्या शिक्षणासाठी काहीच करेना.

२ जुलै

गेली दोन वर्षं तळमळीत गेली आहेत. पैसा साठत नाही. दारूत उडवला जातो.

४ सप्टेंबर

नवरा पार बिघडलाय, वाया गेलाय. दारू पिऊन येतो. जेवायला घायला उशीर झाला तर मारतो. माइ्यावर हात उचलतो. माइ्यावर...

त्याची हिम्मत कशी होते? मी सगळं करते या घरासाठी, संसारासाठी आणि तो माइ्यावर हात उचलतो. केस ओढतो माझे. जमिनीवर आपटतो मला.

मी का सहन करते? कशासाठी? माइ्या लेकरांसाठी.

लेकरं काय बघताहेत? काय शिकताहेत?

मला काहीतरी करायला हवं.

रोजचं झालंय. माइ्या माहेरी नव्हतं असं. बाप कष्ट करायचा. पण व्यसन नाही करायचा. कधीच नाही.

१२ नोव्हेंबर

दिवाळीचा दिवस. काल पण दारू सुटली नाही.

माझा बांध तुटला. चिडक्या चेहऱ्याने मारायला धावला, तर मी इतकी संतापले की काय करते आहे याचं भानच राहिलं नाही. हातातलं बादलीभर गरम पाणी सरळ ओतलं त्याच्या पायावर. बसला मग रडत.

पोरं घाबरली.

मी त्यांना धीर दिला. 'यातून सुटून जाऊ', असं म्हणाले.

१६ नोव्हेंबर

आज एक काम शोधलंय एका कारखान्यात. सकाळी सात ते दुपारी दोन. मला जे पैसे मिळतील, ते सगळे माइ्या पोरांचे.

२० नोव्हेंबर

आज कामाचा पहिला दिवस.

लेक लहान आहे, म्हणून तिला घेऊन कामावर गेले होते. तिथं गेल्यावर कळलं, की कंपनीच्या आवारात एक शाळापण आहे. काळजीच संपली. वस्तीत पोरीला एकटीला सोडून कशी गेले असते?

१ डिसेंबर

पुढच्या जूनपर्यंत कशाला थांबायचं?

आज दोन्ही पोरांना शाळेत घातलं फी भरून. फी कमीच आहे; पण मी भरली.

दप्तरं, वह्या, पुस्तकं घेऊन दिली.

आता काम करायचं. रोज काम करायचं. लेकरांसाठी पैसे साठवायचे.

१ जानेवारी

कामाचे पैसे मिळाले. आता पैसे उरतात. ते पोस्टात टाकते.

१ फेब्रुवारी

कामाच्या जवळ दुसरं घर मिळालं. एका खोलीचं. नवऱ्याला न सांगता इकडे आलो.

१७ फेब्रुवारी

नवरा येऊन गेला. दंडुका घेऊन उभी राहिले. घरात शिरू दिलं नाही.

गेला निघून. पायावर गरम पाणी पडलं ते विसरला नाहीये. त्याच्या आई-बापाच्या घरात फार जोर दाखवायचा माइयावर आणि माइया लेकरांवर.

इथं त्याचं चालणार नाही. हे कळलं त्याला.

दहा-वीस रुपयांसाठी भीक मागावी लागायची. स्वत:च्या नवऱ्याकडे, स्वत:च्या लेकरांसाठी! रडरड करावी लागायची प्रत्येक वेळेला.

बघितलं बघितलं... आणि दिलं सोडून त्याला कायमचं.

गेली कटकट एकदाची.

आता काही हवं असेल तर कोणाकडे मागण्याची गरज नाही. मी आहे.

१७ मार्च

सोप्पं नव्हतंच काही. हेही आणि तेही.

पण आता मी माइया मनाचं केलंय.

देवाने मला सगळं काही दिलं आहे आणि जे चुकीचं होतं, वाईट होतं ते माइयापासून मीच उखडून टाकलंय.

●●●

वाकडं वळण

१ नोव्हेंबर

आज एक फार विचित्र दृश्य रस्त्यावर पाहिलं. गाडीवर होते, म्हणून थांबू शकले नाही. अर्थात चालत असते तरी थांबू शकले असते की नाही माहीत नाही. फूटपाथवर एक आई, तिचा सात-आठ वर्षांचा मुलगा आणि आजोबा उभे होते. एकदमच तो मुलगा आजोबांना आणि आईला जोरजोरात मारायला लागला. हे काही चेष्टेत नव्हतं. 'आपण घेऊ नंतर', असं काहीसं ते दोघं मुलाला म्हणत होते. एका उच्च-मध्यम वसाहतीतलं हे दृश्य होतं.

हे दृश्य डोळ्यांसमोरून जाईना.

मागच्याच आठवड्यात शिलु सांगत होती ते आठवलं. तीदेखील एका उच्च सोसायटीत राहते. तिचा नवरा एका सरकारी संशोधन केंद्रात फार वरच्या पोस्टला आहे. त्यांचा एकुलता एक मुलगा आता बारावीला आहे. या मुलाला त्याच्या बाबांनी आजवर कधी ओरडलेलं नाही, मारलेलं नाही. आई मात्र रागवायची. एकदा बाबा त्याला अभ्यास कर म्हणून सांगत होते, तर तो बाबांशी हुज्जत घालायला लागला. चिडून त्याने बाबांना जोरात ढकललं. मागच्या लोखंडी कपाटावर ते पडले. तर हा सरळ ताडताड निघून गेला.

हा प्रसंग आणि आज मी जे डोळ्यांनी पाहिलं ते... काय होतं हे? फार अस्वस्थता येते आहे.

२ नोव्हेंबर

आज ऑफीसमध्ये शिलुशी गप्पा मारायला थांबले. मुद्दाम विषय काढला. मुलाच्या त्या दिवशीच्या वागण्यावर काय केलंत म्हणून विचारलं, तर ती म्हणाली, आम्ही फक्त टेन्शनमध्ये आहोत. पण आम्ही त्यावर काही केलं नाही. विषय त्यानेही काढला नाही आणि आम्हीही. माझं चुकलं, वगैरे तर तो काहीच म्हणालेला नाही.

असं करून कसं चालेल? यावर काही उपाय तर करायलाच पाहिजे, असं मला वाटून गेलं.

५ नोव्हेंबर

हर्षद अजून लहान आहे. तिसरीत आहे. पण उद्या तोही असाच हट्टी झाला तर? आपण जे मागू ते मिळालं नाही तर आकांडतांडव करणारा, मोठ्या वयाच्या, प्रेमाच्या माणसांना मारणारा झाला तर?

अशी कशी आहेत ही मुलं? यांना प्रेम, आदर काहीच वाटत नाही का? ती काय रस्त्यावरची मारामारी आहे का? आपलेच बाबा-आपलेच आजोबा?

७ नोव्हेंबर

हा विषय घेऊन आज डॉक्टरांकडे गेले. तर त्या म्हणाल्या, 'हे सगळं सध्या घडतंय खरं. मुलांमध्ये हिंसकवृत्ती वाढते आहे. त्यामुळे हे घडतंय. ही वृत्ती घडण्यामागे बरीच कारणं आहेत.'

डॉक्टरांनी जे सांगितलं ते मी सविस्तर लिहून काढणार आहे आणि शिलुला दाखवणार आहे. कारण जे काही ऐकलं ते फारच गंभीर आहे.

त्या म्हणाल्या की, ''मुलं हिंसक व्हायची अनेक कारणं आहेत. त्यातलं एक कारण म्हणजे लहान वयात मुलांनी बघितलेल्या कार्टून

फिल्म्स. त्यात सारखी मारामारी बघितली असेल, तर ते करण्यात मुलांना काहीच वावगं वाटत नाही.

दुसरं असं की मुलांना जेव्हा फक्त प्रेम आणि प्रेम हवं असतं, आईबाबांकडून सुरक्षितता हवी असते, तेव्हा आईबाबा त्याच्या वयाच्या आधीच त्याला प्ले-ग्रुप, मिनी प्ले-ग्रुपमध्ये अडकवायला जातात. मुलांची प्रेम आणि सुरक्षिततेची ती प्रचंड गरज प्ले-ग्रुपमध्ये भागली जात नाही.

तिसरं कारण फारच जास्त महत्त्वाचं आहे. ते म्हणजे या मुलांचे पालक हे पूर्वीच्या पालकांपेक्षा वेगळे आहेत. आजचे पालक 'पालक' म्हणून न वागता मित्र म्हणून वागतात. घरात बरोबरीचं वातावरण ठेवतात. मुलांशी खेळतात, त्यांचे हट्ट पुरवतात. 'मला लहानपणी हे मिळालं नाही' म्हणून मुलांना सर्व काही देतात. 'मला लहानपणी माझ्या आईबाबांनी खूप मारलं, त्यांना घाबरण्यातच माझी कित्येक वर्ष गेली,' म्हणून मी माझ्या मुलांवर फक्त प्रेम करणार. असं म्हणणारी आणि तसं वागणारी पालकांची ही आधुनिक पिढी.

असं म्हणतात की 'पेराल ते उगवेल'. पण जर प्रेमच पेरलं असेल, तर प्रेमच उगवायला पाहिजे! मग त्याच्याऐवजी ही हिंसा कशी उगवली आहे? जे आईबाबा, पालक आपल्यावर प्रेम करतात, त्यांना उलट बोलणं, उद्धट बोलणं इथपासून ते ढकलणं, बोचकारणं, मारणं, इथपर्यंत मजल कशी काय गेली? तीही आपल्याच मुलांची? हीच का ती आपली गोड्गोजिरवाणी मुलं? आणि आज वाढत्या वयात ही अशी काय वागतात? हा प्रश्न पालकांना सध्या पडतो आहे.''

डॉक्टर असं म्हणाल्या की, 'तुम्हाला या दोन प्रसंगांविषयी माहिती आहे; पण आम्हाला अशी अनेक उदाहरणं माहीत आहेत. टीन एजमध्ये येताना मुलं काहीशी सैरभैर होतात. त्यांच्यातले हार्मोन्स उसळ्या मारत असतात, भावनांच्या वादळाचा काळ सुरू असतो, हे सगळं त्यांच्या शरीरात घडत असतं. त्याचा परिणाम म्हणून मुलं अशी वागतात, हे शास्त्रीय कारण आहे. पण आजच्या या मुलांना टीव्ही, कार्टून्स, मोबाईल गेमचा अक्षरश: ओव्हरडोस मिळाला आहे. त्यांची संवेदनक्षम मने त्यावर

पोसली गेली आहेत. जी भांडणं पूर्वी आपल्या कक्षेच्या पार बाहेर होती, ती आता घरातच, सतत बघायला मिळतात. आईबाबांनी घरात निर्माण केलेल्या मैत्रीपूर्ण वातावरणापेक्षा गॅझेटगुरूंनी शिकवलेले संस्कार जास्त पेरले गेलेले आहेत आणि तेच आता उगवताना दिसताहेत.

या आधुनिक पालकांनी मुलांवर खरोखर अतूट प्रेम केलंय. काही अपवाद वगळले, तर आईबाबा मुलांच्या हितासाठी जे जे शक्य होईल, त्यापेक्षा जास्तच प्रयत्न करतात. मुलांसाठी कित्येक आया स्वत:ची नोकरी सोडून, करिअर गुंडाळून घरी बसतात. काही जणी घराच्या स्वास्थ्यासाठी कमवत राहतात. स्वत:साठी आणि मुलांसाठीही करिअर घडवत राहतात. काही आईबाबा असे असतात, की त्यांना खूप काही घडवायचं असतं. पण परिस्थितीची साथ मिळत नाही. पण मुलांचं भलं व्हावं, हीच आस मनात असते. 'सर्व काही मुलांसाठी' अशीच ही पिढी आहे; पण टीन एजमध्ये मुलं बहकतात, आपल्याच आईबाबांना नावं ठेवतात. सरळ सरळ 'त्या अमुक मित्राचे/मैत्रिणीचे आईबाबा बघा, नाहीतर तुम्ही!' असं म्हणून बोल लावतात. मुलांच्या मागण्या वाढतच जातात आणि आईबाबा थकून जातात. आजची टीन एजमधली मुलं आपल्याच आईबाबांना हीन लेखतात, हे वास्तव आहे. कित्येक घरांमध्ये हे आज चालू आहे. पण आईबाबा या गोष्टी उघडपणे कोणाशीच बोलत नाहीत. ही एक 'झाकली मूठ' आहे. आपलंच 'नाणं खोटं ठरल्याची' भावना हताश मनांमध्ये आहे.

ज्या शिव्या सिनेमांमध्येसुद्धा ऐकायला मिळणार नाहीत, अशा खास वाईट शिव्या आणि अपशब्द टीन एजर मुला-मुलींच्या तोंडात आहेत. काही मुलं आईबाबांनाही शिव्या देतात. पालक हे सर्व कोणापाशी सांगणार? 'आमची चिमुरडी मुलं वयात येताना अशा शिव्या देतात', ही उघडपणे बोलली न जाणारी बाब आहे. मात्र कित्येक घरातले आधुनिक आई-बाबा हे सहन करत आहेत.

टीन एजचा काळ लक्षात घेता, जेव्हा हे वादळ ओसरतं, आयुष्यातलं हे धोक्याचं वळण मागे पडतं, तेव्हा कदाचित पुन्हा एकदा माझे आईबाबाच प्रिय ही भावना मुलांच्या मनात तयार होईल. त्यानंतर आपण जं मित्रत्वाचं नातं जोपासलं होतं, ते फळाला आल्याची आईबाबांची भावना होईल.

आपल्या गोडगोजिरवाण्या मुलांशी मैत्री करण्याच्या नादात, त्यांच्यावर अतूट प्रेम करण्याच्या नादात कधी तरी 'नाही म्हणणं', 'सहन करायला लावणं' हे राहून गेलंय का? हे तपासायला हवं आहे. हाच त्यावरचा उपाय आहे.''

१४ नोव्हेंबर

समाजातलं मुलांचं वागणं आणि डॉक्टरांशी सल्ला-मसलत यामुळे पुढचे बरेच धोके कळले. त्यातून खूप विचार केला. मैत्रिणींशी आणि घरातल्या सर्वांशीच खूप बोलले. आता खूप हलकं वाटतं आहे. अस्वस्थता कमी झाल्यासारखी वाटते आहे. या सगळ्या गोंधळांमध्ये मी माझ्यासाठी या काही गोष्टी ठरवल्या आहेत आणि मी त्या करणार आहे, कितीही माझं मुलांवर प्रेम असलं तरीही! आज माझा मुलगा आठ वर्षांचा आहे. तो सोळा वर्षांचा होईल, तेव्हा कदाचित वेळ माझ्या हातातून गेलेली असेल, म्हणून आत्ताच हे करायला हवं आहे.

सर्वांत महत्त्वाचं म्हणजे काही झालं, तरी मुलांचे उद्धट आणि कठोर बोल ऐकून घेणार नाही. जे शब्द, जी वाक्यं, बोलण्याचा जो टोन चुकीचा, तो चुकीचाच असतो. एक-दोनदाही या बोलण्याकडे दुर्लक्ष करणार नाही. कारण त्याला एकदा सवय लागली की लागलीच. उद्या तो कॉलेजला जाईल. परवा नोकरी-व्यवसायाला लागेल, तेव्हा त्याला 'कम्युनिकेशन स्किल' नव्याने शिकायला लागायला नको. आज बालदिन आहे. 'काय शिकायचं', 'कसं शिकायचं' यासाठी माझी साथ असेलच; पण 'काय बोलायचं नसतं' आणि 'कसं वागायचं नसतं' हेही शिकवणार आहे. हीच मी त्याला दिलेली बालदिनाची भेट आहे. मला जे योग्य वाटतं आहे त्यावर मी ठाम राहणार आहे. आमच्या घरात मैत्रीपूर्ण वातावरणच आहे, पण प्रेमाच्या अवगुंठनात वळण लावणं, हे माझं काम आहे हे मला कळून चुकलंय.

●●●

इवलेसे रोप
लावियले घरी

★ **६ जुलै**

आज सहा तारीख. महिन्याच्या पाच तारखेला आमच्या गावच्या पाटीलबाईंकडे आम्ही काही बाया जमतो. त्याला मीटिंग म्हणतात. काल रात्री उशिराच आम्ही जमलो. ते काय झालं, पावसा-पाण्याची शेतात कामं खूप असतात. पावसाचा धडाका सुरू झाला की मध्येच थांबावं लागतं. झाडाखाली बसून राहावं लागतं. उघडीप झाली की पुन्हा काम सुरू. असं करता करता किती वेळ जातो ते कळत नाही. गेला आठवडाभर इकडं भीप पाऊस पडला. चांगलं झालं, असा पाऊस हवाच होता.

तर काय, आम्ही काल गेलतो मीटिंगला. नऊ वाजले जायला. मी कायम स्वातीला घेऊन जाते. स्वाती माझी लेक, काल नव्हती ती. शहरात असते आता. पण मागची चार वर्षं यायची माझ्याबरोबर. आता वीस वर्षांची आहे स्वाती. तिला आवडतं, सगळ्या बाया जमतात. त्यांच्याशी गप्पा मारायच्या, त्यांची लेकरं सांभाळायची, त्यांच्याशी खेळायचं, मला पैसे मोजायला मदत करायची, हे सगळं ती करायची.

आमच्या सगळ्या बाया चांगल्या हायंत. लई कामाच्या. सकाळी गोठ्यातलं आणि घरचं उरकून शेतात गेलेल्या. दिसभर काम करून

सांजेला घरी येऊन रातीची जेवणं करून मीटिंगला आलेल्या. सोपं असतं होय हे? पण करतात त्या.

काही बायांची लेकरं लहानी आहेत. आईला चिकटलेली असतात. दिसभर या आया शेतात राबत असतात आणि शेतात नसतात तेव्हा चुलीपाशी असतात, नाय तर पाण्यापाशी तरी असतात. कुटंही असतात; पण लेकरांपाशी नसतात. लेकरं खेळत राहतात इकडं-तिकडं. पेंगुळलेल्या पोरांना घेऊन कधी एकदा झोपते असं झालेलं असतं सगळ्यांना.

असं असलं तरी दर महिन्याच्या पाच तारखेला पाटीलबाईंकडे जमायला येतात. कधी चुकत नाहीत.

तशी लताची, सुनीताची दहावी झाली आहे, चेतनाची तर बारावी पण झाली आहे आणि सुषमा चौदावीपर्यंत शिकलेली आहे. माझी पाचवी झालेली आहे. लिहिता वाचता येतं आणि बेरजा करता येतात, म्हणून पाटीलबाईंनी सगळ्यांचा हिशोब लिहायचं काम माझ्याकडे दिलेलं आहे आणि पोरं मोठी झाली हायंत. त्यांचं काय बघाय लागत नाही.

मागल्या चार वर्षांपासून मीच वहीत सगळ्यांचे पैसे लिहून ठेवते आणि कोणाला कधी, किती द्यायचे हेही लिहिते. असं तर सगळ्या बायांना पैसे साठवायची गरज असती. लहान पाकिटामध्ये पैसे भरून आणतात. भरून कसले... कोंबून! सगळे पैसे एक एक करून बाहेर काढतात. दहाच्या, विसाच्या, पन्नासाच्या नोटा. कोंबल्यामुळं बिचाऱ्यांचा जीव गुदमरतो आत. कधी जुन्या आहेराच्या पाकिटात ठेवतात. त्या पाकिटातून न सांडवता, भिजू न देता आणतात. कधी हेही नसलं, तर पैसे मोजून मुठीत धरून आणतात. एका हातात कंदील आणि एका हातात छत्री, शिवाय पैसे. एकेका पैशाला फार जपतात. तीन वर्षांआधी आम्हाला एक डबा दिला होता. तो उघडायचा नाही. त्यात फक्त वरून पैसे टाकायचे. पण काही जणींच्या लेकरांनी खेळायला घेतला तो. काही जणींकडे पैशांची पाकिटं आहेत. नव्या मुलींकडे तर छान पर्स आहेत.

पाटीलबाई म्हणाल्या, आता सगळ्यांना पैसे ठेवायला पर्स घेऊन येते म्हणून.

आमच्या बचतगटाने चार वर्षांत पैसे साठवलेही आणि हवं तेव्हा खर्च केलेही. सुमनबाईला म्हैस घ्यायला थोडीफार पैसे दिले. वर्षा आणि सविता या सासू सुनेला खोली बांधून घर मोठं करायला मदत केली. आता अलकाला तिच्या पोरीसाठी, विनितासाठी झेरॉक्स मिशीन घ्यायचं आहे. म्हणून आम्ही पैसे साठवतोय. आशाबाईचा नवरा गेला मागच्या महिन्यात. म्हणून तिला आधी दिले पैसे. तिने त्यातून पण साठवले बियाणांसाठी, हुशार आणि लई चांगली आशाबाई. शीतीला कुणाकडे मागण्यापेक्षा पुरवून वापरावे लागणार तिला पैसे. पण आम्ही आहोत तिच्याबरोबर.

आम्ही कुणीच कुणाला एकटं पाडत नाही. प्रत्येकाला अडचणी असतात. आज नाही तर उद्या येतीच ती. कोणाला चुकलीय अडचण? पैसे तर लागतातच. सारखेच लागतात. पाटीलबाई बँकेत भरतात सगळे पैसे. आमच्या बचत गटाचं खातं काढलंय त्यांनी. त्याचं व्याज मिळतं. फार नाही, पण वाढतात थोडीफार. आम्हाला त्यांनी पण आधार वाटतो. आपले पैसे वाढले याचं बरं वाटतं.

मागच्या साली बँकेच्या बाई आल्या होत्या. आमच्याशी बोलल्या, सगळं समजावून सांगितलं. बचत गटाशिवाय कुणाला जास्त पैसे हवे असतील तर काय करायचं, घरात, शेतात, गोठ्यासाठी, गोबर गॅससाठी काय योजना आहेत तेही सांगितलं.

तुम्हाला काही विचारायचं आहे का, असं किती तरी वेळा विचारलं. आता आम्ही काय विचारणार? सगळं तर चांगलंच चाललेलं होतं. कोणाची काही तक्रार नाही, काही नाही. मग आम्ही अशी महिन्याच्या महिन्याला मीटिंग घेतो, खाडा करत नाही, कधी पैसे चुकवत नाही. बँकेत वेळेवर भरतो. कधी बँकेकडून घेतले, तर पुढच्या हप्त्यात जमा करतो म्हणून आमचं कौतुक करत होत्या. माझं तर खूपच कौतुक केलं. मी सगळ्यांचा हिशोब ठेवते. वहीत सगळं नीट लिहून ठेवते. खोडलेलं, खराब झालेलं काही नसतं, स्वच्छ कारभार आहे, असं म्हणाल्या त्या.

पाटीलबाईंनी तर पदरच्या पैशांनी फुलं आणि साडी देऊन सत्कार केला माझा त्यांच्याकडून. आणि फोटो काढले मोबाईलमध्ये. माझ्या लेकीला, स्वातीला माझं फार कौतुक. तिने ती तिच्या मोबाईलमध्ये घेऊन पाठवला कोणाकोणाला. कोणाकोणाचे फोन यायला लागले तिला. जयानी काय केलं, तिचा सत्कार कसा झाला हे विचारायला.

दोन महिने झाले तिला शहरात जाऊन. कोर्स करते आणि ते करता करता नोकरी करते. पैसे मिळवते. पाटील बाईंनीच सांगितली ती योजना. त्यांची मुलगी आणि माझी स्वाती, दोघी राहतात.

खूप सांगितलं तुम्हाला आज.

उद्या सकाळी शेतात जाता जाता पाटीलबाईंकडे जायचं आहे. हिशोबाची कागदं, बिलं फायलीला लावायची आहेत.

★ २६ जुलै

आज स्वाती घरी आली. तिने माझ्या हातात एक मोबाईल फोन दिला. मोबाईल उघडला तर त्याच्यात पहिला माझाच फोटो दिसला, माझ्या सत्काराचा.

मी म्हटलं, 'हे काय?'

तर म्हणते कशी, 'मी आणला या महिन्याच्या पगारातून.'

'मला कशाला लागतोय हा फोन?' म्हटलं तर तिने त्याच्यावर बेरजा करायला शिकवलं. हिशोबाच्या कागदांचे फोटो काढायला शिकवले.

मग म्हणाली, 'आता पुढच्या महिन्यापासून अजून पैसे साठवणार. नाही तर म्हणशील, कशाला उगाच खर्च करते म्हणून. मी पण या आईचीच लेक आहे. माझ्यासाठी आणि सगळ्या बायकांसाठी, त्यांच्या संसारासाठी तू काय काय करतेस हे बघितलंय मी.'

लई भारी वाटलं मला हे ऐकून.

●●●

पालकत्व

आज डायरी लिहावीशी वाटत नाही. अगदी वाईट दिवस आहे आजचा. सगळा दिवस विचित्र गेला. आधी हॉस्पिटलमध्ये आणि नंतर पोलीस स्टेशनमध्ये. दिवसाचा शेवट चांगला झाला ही एकच चांगली गोष्ट पण जे काही घडलं ते धक्कादायक आहे. गुन्हेगारांनी लहान लेकरांना तरी सोडायला पाहिजे.

खरं तर रोजच विचित्र लोक भेटतात. कामच तसं आहे माझं. बायकांना त्रास देणारे, मारणारे नवरे, दारू पिणारे नवरे, दारूभट्टीवाले यांची भांडणं आणि तक्रारी सोडवणं हे आमचं रोजचं काम. कधी नवरा पोलिसात तक्रार करतो की बायको मारते, जेवायला देत नाही. कधी बायको तक्रार करते की नवरा दारू पिऊन मारतो, मी कमावलेले पैसे घेऊन जातो, कोणा-कोणाबरोबर संबंध ठेवतो अशा तक्रारी चालू असतात. मोठ्यांच्या मधली भांडणं आणि त्यांच्या समस्या यांच्या तक्रारींची आता सवय झाली आहे. कारण शेवटी ती मोठ्यांची, म्हणजे प्रौढ लोकांची भांडणं असतात. पण आज एका छोट्या मुलीची वेगळीच समस्या होती.

सकाळी सहालाच पोलीस स्टेशनमधून फोन आला की रेल्वे स्टेशनवर एक तीन वर्षांची मुलगी सापडली आहे. तिची परिस्थिती वाईट आहे. डायरेक्ट हॉस्पिटलवर या.

नवरा-बायकोच्या भांडणांचे असे फोन आम्हाला येत असतात. कारण वेगवेगळ्या आणि वाईट परिस्थितीत अडकलेल्या स्त्रियांना आधार देणं, त्यांना कायदा सांगणं, समाजातल्या विघातक व्यक्तींपासून त्यांचं संरक्षण करून त्यांचे हक्क मिळवून देणं, हे संस्थेचं कामच आहे. पण आजची परिस्थिती वेगळी होती. प्रश्न एका छोट्या लहानशा मुलीचा होता.

फोन आला तेव्हा माझी छोटी, बालवाडीत जाणारी मुलगी माझ्या गळ्यात हात घालून गाढ, निश्चिंत झोपली होती. तिचा हात हळूच दूर करून मी उठलो आणि फोन घेतला होता. हे नेहमीचं आणि साधं दृश्य मला दिवसभरात कितीतरी वेळा आठवलं होतं.

मी आणि आमच्या संस्थेतल्या एक ताई आम्ही दोघं तडक हॉस्पिटलमध्ये पोचलो. ती लहानशी तीन वर्षांची मुलगी रडत नव्हती, ओरडत नव्हती. एका पोलिसाला घट्ट धरून बसली होती. तिचं अंग कापत होतं. खूप जास्त घाबरली होती ती. शून्य नजरेने ती सगळ्यांकडे बघत होती. पण तिला हवे ते नेहमीचे चेहरे दिसत नव्हते. तिची अवस्था बघून सगळेच गलबलून गेले होते. डॉक्टरांनी, मानसोपचार तज्ज्ञांनी उपचार सुरू केले होते. आम्ही आमच्या परीने तिच्याशी बोलायचा प्रयत्न सुरू केला. तिला गरम पाणी, गरम दूध, चहा हवा का, विचारत होतो. तिच्यासाठी चॉकलेट, क्रीमचं बिस्कीट आणलं. पण तिने हे सगळं धुडकावून लावलं.

झालं होतं असं की, रेल्वे स्टेशनमागच्या मोकळ्या निर्जन जागेत ती पहाटे एकटीच स्वच्छता कर्मचाऱ्याला दिसली. दिसली तेव्हा ती एकटीच होती. कदाचित कोणीतरी तिला तिथे घेऊन आलं होतं, पण कोणाची तरी चाहूल लागल्यामुळे तिला तिथेच सोडून पळून गेलं असावं. त्या स्वच्छता कर्मचाऱ्याने पोलिसांना बोलावलं. पोलिसांनी बघितलं तेव्हा तिचं अंग ताठ झालं होतं. तिने स्वतःला आखडून घेतलं होतं. ती हुंदके देत होती, पण रडत नव्हती. तिची ही अवस्था बघून तिला हॉस्पिटलमध्ये आणलं होतं. आता पोलीस तिचं घर कुठे आहे याचा शोध घेत होते.

तिने काहीतरी खावं असे सगळ्यांचेच प्रयत्न चालू होते. दुपार झाली तेव्हा फक्त एक बिस्कीट तिने खाल्लं. जरा वेळाने दमून थकून ती झोपी गेली. झोपतानाही त्या पोलीस काकांचा हात जवळ घेऊनच झोपली.

इतक्या वेळात पोलिसांनी अथक प्रयत्नांनी तिच्या घरच्यांना शोधून काढलं. तिच्या आजीला हॉस्पिटलमध्ये आणलं. आजीबरोबर शेजार-पाजारची माणसंही होती. रडून रडून आजीची वाईट दशा झाली होती. तिनं नातीला बघून जणू हंबरडाच फोडला. तिला मिठी मारली. तिचं नाव जयू होतं. लहानशी जयू हाक ऐकताच झोपेतून जागी झाली आणि आजीला बघून जोरजोरात रडू लागली.

रेल्वे स्टेशनपासून एका लांब वस्तीत तिची आजी आणि ती अशा दोघी जणी राहायच्या. तिच्या खोपट्याला दरवाजा होता. पण दरवाजाला कडी नव्हती. आजी म्हणाली की, नात तिच्या कुशीत झोपली होती. सकाळी आजीचा डोळा उघडला तेव्हा नात जवळ नव्हती. आजीने वस्तीत शोधलं. सगळ्या आजूबाजूच्या लोकांनी शोधलं. कोणीतरी म्हटलं, पोलीस कंप्लेट करायला हवी. आजी घाबरून गेली. गावाकडे असलेल्या तिच्या आई बाबांना फोन केला. ते यायला निघाले. वस्तीतल्या चार लोकांबरोबर जाऊन आजीने तक्रार केली. या सगळ्यात दुपार झाली होती, पण आता नातीला आजी भेटली होती.

इतका वेळ न रडणारी मुलगी आता आजीला बघून रडत होती, हे दृश्य बघून सगळ्यांच्याच डोळ्यात पाणी आलं. आणि सगळ्यांना समाधान वाटलं. आजीच्या हातून नात हळूहळू काही खाऊ लागली. आता ती थोडं हसू लागली होती. अंगातलं आखडलेपण जरा कमी झालं होतं, पण त्या बालविधात पहाटेपासून काय काय विचित्र अनुभवायला आलं होतं. आपल्या घरात आजीपाशी झोपलो होतो आणि सकाळपासून वेगवेगळी माणसं दिसताहेत, याची केवढी भीती त्या बाळाला वाटली असेल.

आणि रात्री कुशीत असलेलं पिल्लू सकाळी दिसेनासं झालं. कुठेच सापडत नाही यामुळे त्या आजीच्या हातांपायातलं अवसान गळालं असेल. तिच्या मनातही केवढी भीती दाटून आली असेल. पोराने आणि सुनेने विश्वासाने बाळाला आपल्याकडे दिलं होतं. पण आपण सांभाळू शकलो नाही. आपल्या बाळाचं काय झालं असेल, ते कुठे असेल, भेटेल की नाही, कोणी कुठे टाकून दिलं असेल, जिवंत तरी असेल की नाही – असे नको नको ते विचार तिच्या मनात येऊन गेले असतील.

ती थोडीशी बरी झाल्यावर आणि शांत वाटते आहे असं लक्षात आल्यावर हॉस्पिटलमधून सोडायचं असं डॉक्टरांनी ठरवलं. आजीकडे तिच्यासाठी औषध दिली. पुन्हा दोन दिवसांनी यायला सांगितलं. हॉस्पिटलमध्ये आल्यापासून

ज्यांनी ज्यांनी तिची काळजी घेतली त्या सर्वांना टाटा करायला डॉक्टरांनी तिला सांगितलं. कसंबसं सगळ्यांना टाटा करून आजीच्या कडेवर बसून ती निघून गेली.

हॉस्पिटलमधून पोलीस स्टेशनमध्ये येणं आवश्यक होतं. काही कायदेशीर गोष्टींची पूर्तता करायची होती. ते सर्व करून दोघी घरी गेल्या, तेव्हा संध्याकाळ उलटून गेली होती. पोलीस आता घरापासून रेल्वे स्टेशनपर्यंत तिला कोण घेऊन आलं यांचा शोध घेत होते. ज्याने तिला आणलं होतं आणि सोडून दिलं होतं, त्याने तिला सुदैवाने काही इजा केली नव्हती. पण मनाला बसलेला हा धक्का लवकर पुसला जाणार नव्हता. खोल ओरखडा तिच्या मनावर उमटला होता.

आता रात्री तिला तिचे आई-बाबाही भेटतील. ती तिच्या घरात सुरक्षित असेल. दिवसभर त्या लहानग्या मुलीच्या चिंतेने मन पोखरून गेलं होतं. आजी भेटली नसती तर तिची आजची रात्र हॉस्पिटलमध्ये गेली असती.

आज जे काही घडलं ते डायरीत सगळं लिहिलं, तेवढ्यात माझी मुलगी जवळ आली. तिला मी जवळ घेतलं. विचारलं, आज तू काय केलं? शाळेत कोणाबरोबर खेळली?

ती मला काय काय झालं ते सांगत होती. आणि सांगता सांगताच कुशीत शिरली.

मिनिटाभरातच गाढ झोपून गेली. मनात आलं, किती सुरक्षित आहे ती.

जयू पण काल रात्री झोपताना अशीच आजीशी गप्पा मारत झोपली असेल. तिच्या गळ्यात हात टाकले असतील आणि गप्पा मारत असेल, तेव्हाच तिला झोप लागली असेल. तिच्याही नकळत. पण दुसरा दिवस उजाडला तो असा भयानक.

माझ्या मुलीला थोपटत असतानाच डायरीतलं हे शेवटचं वाक्य लिहितो आहे.

वेळ दोघांच्या परीक्षांची!

■ **१ मार्च**

आज १ तारीख. मागच्या महिन्याच्या १ तारखेला मी खरंच किती मजेत होते. मजेतच म्हणायला हवी. कारण या एका महिन्यात माझं टेन्शन बरंच वाढलं. त्यातून एक तारीख आलीदेखील. आता परीक्षेला फक्त १ महिनाच राहिलाय. २ एप्रिल ते ९ एप्रिल वार्षिक परीक्षा. अरे बापरे! कसं करू मी आता? आत्ता खरं तर ऑफीसच्या लंचटाईममध्ये मी ही डायरी लिहिते आहे. पण असं वाटतंय की घरी जावं आणि ताबडतोब परशाला अभ्यासाला बसवावं. म्हणजे प्रसन्नला. त्याची सगळी मित्रमंडळी त्याला हल्ली परशा म्हणतात. म्हणून माइ्याही डोक्यात हेच नाव येतं!

तर, प्रसन्नला कसंही करून अभ्यासाला लावलंच पाहिजे. काही लाड-बिड चालणार नाहीत. त्याच्या सरांनी मला केवढं निक्षून सांगितलं, पेपर्स दाखवले. सगळ्या चुकाच चुका. लाल लाल खुणा. त्या बघून मी जाम हादरले. तेव्हाच ठरवलं, आता काही नाही. क्रिकेटही नाही. आता फक्त अभ्यास.

पण पक्क्या हातालाच लागला नाही त्यानंतर. मी घरी यायच्या आत तो ग्राउंडवर पळतो. तो येतो तेव्हा मी स्वयंपाकघरात असते. बाहेर आले

की टी.व्ही. सुरू असतो. रात्र लगेच होते. डोळे मिटायला लागतात. असं गेले सात आठ दिवस चाललंय.

पण आजपासून नाहीच चालणार. आता फक्त एक महिना उरलाय.

लंचटाईम संपला. लागावं कामाला. बापरे आज बँकेत नेहमीपेक्षा जास्त गर्दी आहे की काय!

रात्री घरी आले. हा नव्हताच. पण आला लवकर. म्हणाला, 'आई, आज लवकर आलोय. आजपासून अभ्यास सुरू करणार आहे. युनिट टेस्टला कमी मार्क्स होते. तसे परत नकोत.'

हे वाक्य ऐकून इतकं बरं वाटलं!

टाईमटेबल करूनच झोपावं असा विचार होता; पण तो अजूनही अभ्यास करतोय. आता मध्येच कुठं टाईमटेबल?

२ मार्च

रात्री

आजही अभ्यास छान झाला. असं वाटलं की विचारावं, काय चाललंय नक्की?

पण डिस्टर्ब नाही केलं. काहीतरी लिहीत होता वहीत.

३ मार्च

दुपारी

सकाळी टेबलावर वह्या अस्ताव्यस्त पडल्या होत्या. नीट ठेवाव्यात म्हणून पाहिलं, तर बऱ्याचशा वह्यांवर 'इनकम्प्लीट' असा शेरा.

अच्छा! म्हणजे हा अभ्यास नव्हेच. दुसऱ्यांच्या वह्या बघून आपल्या वह्या भरवण्याचा उद्योग आहे तर! हे लक्षात आलं. त्यामुळे जास्त विश्वास न ठेवता आजच अभ्यासाची सर्व सूत्रं हातात घ्यायची. रात्रीच्या स्वयंपाकासाठी वेळ घालवायचा नाही, मावशींनाच सांगायचं, असं ठरवलं.

रात्री

'या वह्या पूर्ण करायलाच हव्यात. नाहीतर वह्यांचे मार्क धरणार नाहीत', असं काकुळतीला येऊन सांगितलं त्याने. मग मी म्हणाले, 'ठीक

आहे, वह्या पूर्ण कर. पण इतरांच्या वह्या बघून नाही. आपली आपण उत्तरं शोध.' इतका वाईट, कडू औषध घेतल्यासारखा चेहरा केला त्याने. पण याला पर्याय नाही. मला हे चांगलंच माहीत आहे, की दुसऱ्याच्या वह्या घेऊन, नुसतं लिहून काढून अभ्यास होत नाही. फक्त या वहीतून त्या वहीत लिहिलं जातं. डोक्यात काही शिरत नाही.

अजून दोन-तीन दिवस लागतील म्हणाला या सगळ्या वह्या पूर्ण करायला.

५ मार्च

आज रविवार. मला खरं तर माझ्या मैत्रिणीच्या घरी जायचं होतं. पण इच्छा होईना. तिला म्हटलं की, 'अगं, माझ्या मुलाची वार्षिक परीक्षा तोंडावर आलीये म्हणून मला जमणार नाही. बाकीच्या मैत्रिणी येतीलच.' तर ती मला वेड्यात काढत म्हणाली, 'काय सीईटीची आहे की काय परीक्षा? सहावीतच आहे ना तो अजून?'

सहावी म्हणजे काय? आपल्याला आपलं मूल लहान वाटलं तरी सरांना नाही वाटत. ते सीरियसली घेतात, म्हणून आपण सीरियसली घ्यावंच लागतं ना?

शेवटी दिवसभर अभ्यास केला. धडे वाचले. त्यावरचे आणि इतर काही प्रश्न तोंडी विचारले. गणितं सोडवून घेतली. इंग्रजीची स्पेलिंग्ज घातली. आजचा अभ्यास चांगला झाला. ठरवल्याप्रमाणे सर्व काही झालं.

हे सगळं झाल्यावर संध्याकाळी कार्यक्रमाला गेले. तिथंही माझ्यावर मैत्रिणींनी भरपूर हसून घेतलं.

मलाही माझी मजाच वाटली पण तेव्हाही सरांचा रागावलेला चेहराच दिसत होता. मनात येऊन गेलं, त्यांनी जर आत्ता मला असं बघितलं, तर म्हणतील की काय आई आहे! मुलाचा अभ्यास घ्यायचा सोडून इथं टंगळमंगळ करत बसली आहे! बापरे! हा विचार मनात आल्यावर चपापलेच मी!

■ ७ मार्च

संध्याकाळी

धडे वाचायचे. वाचले की टाईमटेबलवर खूण करून ठेवायची, असं ठरवलं आहे. त्याप्रमाणे काम चालू आहे.

■ १० मार्च

मागच्या वर्षीचा एक पेपर त्याला सोडवायला दिला होता. त्यातलं अर्धंच आलं. अर्धा पेपर कोराच सोडवला आहे. काय करावं? वार्षिक परीक्षा महिन्यावर आली आहे आणि याला काही येतच नाही. खरं तर तो शाळेत जातो, क्लासला जातो. तरीही का येत नाही?

काय करावं हे सुचत नाहीये. त्याचं संध्याकाळचं खेळणं बंद करावं का?

■ १२ मार्च

एक चांगला रविवार मिळाला आहे. पण वायाच गेला निम्मा दिवस. पूर्वी आम्ही फक्त रंगपंचमीच साजरी करायचो. पण आता होळीलाही रंग खेळायचे आणि रंगपंचमीलाही खेळायचे, हे काय? किती वेळ जातो. मला तर ते रंग, त्यातली मजा, पुरणपोळी असं काही सुचतच नाही. फक्त एक एक जाणारा दिवस दिसतो आहे आणि त्याबरोबर जाणारा वेळ दिसतोय.

मुलांनी मोकळेपणाने मजासुद्धा करायची नाही, तरी सगळ्या मुलांनी ठरवून नैसर्गिक रंग केले. कमी पाण्यात खेळले, बागेतच खेळले. शिवाय नैसर्गिक रंग असल्यामुळे झाडांनाही रंगीत पाणी चढवलं. मजा येत होती.

मुलं एकदम चेकाळली होती. दुपारनंतर सगळ्यांनी क्रिकेट खेळायला सुरुवात केली. त्याला अभ्यासाला आत बोलवायचं होतं; पण सगळेच म्हणजे त्याच्यापेक्षा मोठी, आठवी-नववीतली मुलंही खेळत होती. अभ्यासाला कसं बसवणार? त्याचं तरी लक्ष अभ्यासात लागेल का?

■ १८ मार्च

काल एकदाची रंगपंचमी झाली. अधूनमधून अभ्यासही झाला.

आज लक्षात आलं, की याच्या अभ्यासाचं सगळं टेन्शन मीच का घेतेय? म्हणून बाबाला सांगायला गेले, तर नक्की काय प्रॉब्लेम आहे हे त्याच्या लक्षातच येईना. त्याने मला विचारलं,

'परशा अभ्यास करत नाही का?' म्हटलं, 'करतो.'

'त्याला केलेला अभ्यास समजत नाही का?' म्हटलं, 'समजतो.'

'लक्षात राहत नाही का?'

'राहतं.'

'मग नेमकं दुखणं काय आहे?'

'त्याला मार्क मिळाले नाहीत याही युनिट टेस्टला', मी म्हटलं. तर तो म्हणाला, 'तेव्हा नसेल झाला अभ्यास. आता करतोय, तर मिळतील मार्क.'

नाही. या वर्षीच्या कोणत्याच परीक्षेत 'बरेही' मार्क नाहीयेत त्याला.

आताही नाही मिळाले मार्क तर? माझ्या मनातला प्रश्न! हा प्रश्न त्याला समजतच नव्हता आणि आता मलाही समजत नाहीये.

■ १९ मार्च

आज संध्याकाळी अनेक विषय काढून बसलो. प्रश्नोत्तरांना सुरुवात केली. पण आज युवराजांचं अजिबात लक्ष नव्हतं. पेन्सिलला टोक करायचंय, खोडरबर राहिलं शाळेत, अमुक वही या मित्राकडे आहे, तमुक वही शाळेत तपासायला दिली आहे. मी एकीकडे प्रश्न विचारायचा प्रयत्न करते आहे आणि तो खिडकीतून बाहेर टक लावून बघतोय. काय चाललंय हे?

परीक्षा माझी आहे की याची आहे?

मार्क मला पडणारेत की याला पडणारेत?

क्लासला घालूनसुद्धा ही गत, नसतं घातलं तर काय झालं असतं? ही सगळी घालमेल माझ्याच मनात. माझ्या एकटीच्याच मनात. इकडे हा शांत आणि तिकडे याचा बाबा शांत. सगळं टेन्शन मलाच काय?

जा! मी पण नाही घेत टेन्शन आणि नाहीच घेणार अभ्यास. काय व्हायचं ते होऊ देत!

■ २३ मार्च

या गुणी मुलाने मधल्या दिवसांत काहीच अभ्यास केला नाही. मला तर वह्या-पुस्तकं बघूनच घाबरायला होत होतं. खेळायला पाठवलंच नाही ना त्याला काही दिवस. मग काय? अभ्यास नको का व्हायला?

हो! घाबरायलाच होत होतं.

बाबाने लक्ष दिलं आहे.

गुणी मुलाने फक्त एक हाक दिली. 'आई, सरांनी एक चिट्ठी दिलीये. कपाटावर ठेवली आहे.' एकदम दचकलेच. सगळं सोडून चिट्ठी बघायला धावले.

त्या दोन सेकंदात बरंच काही नजरेसमोर येऊन गेलं. 'कमी मार्क्स, कमी ग्रेड्स, तुकडी बदलावी लागणार, तुम्ही अभ्यास घेत नाही, थोडावेळ काढा मुलासाठी, नाहीतर टेस्टिंग करून घ्या, स्लो लर्नर आहे का ते कळेल, काही डिसॅबलिटीज आहेत का ते समजेल, सहावीत अभ्यास वाढतो हो, इंग्लिश मीडियम झेपत नाहीये त्याला इत्यादी, इत्यादी.'

पण हे काहीच नव्हतं. शाळेकडून पुढच्या वर्षीच्या प्रवेशासंबंधी आलेली साधी चिट्ठी होती ती.

त्या न पाहिलेल्या चिट्ठीने केवढं हादरवून सोडलं मला. पण मला हसूही येत नाहीये.

■ २५ मार्च

त्या दिवशीच ठरवलं, त्याला एक तास खेळायला पाठवायचंच.

ते झालं की नेहमीसारखा अभ्यास घ्यायचा.

सगळ्यात महत्त्वाचं म्हणजे आपण टेन्शन घ्यायचं नाही आणि त्यालाही घायचं नाही.

●●●

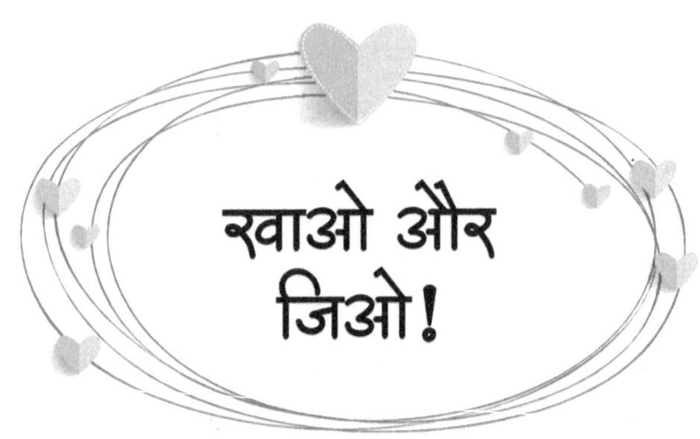

माझ्या आसपास नेहमीप्रमाणेच खूप गर्दी आहे. लेडीज डब्यात जी नेहमीच कामांची लगबग चालू असते, ती इथंही चालू आहे. माझ्यासारख्याच कित्येक नोकरदार बायका इथं आहेत. कोणी भाज्या निवडतंय, कोणी विणकाम करतंय. तिकडे खिडकीतल्या एकमेकी गप्पा मारल्यासारख्या वाटताहेत; पण प्रत्यक्षात सासरच्यांची, मुलांची, बॉसची, स्वत:च्या आईवडिलांचीसुद्धा गा-हाणी ऐकवताहेत. एकमेकींना सल्ले देताहेत. त्यातून त्या दोघींचं मन हलकं होतंय.

याच गोंगाटात मी डायरी लिहितेय. अजून दोन स्टेशनांनंतर माझ्या मैत्रिणी येतील. मग मला काही लिहू देणार नाहीत.

आज सकाळपासून मी नॉस्टॅल्जिक झाले आहे. आम्ही आजोळी जायचो, तेव्हा घरासमोरच्या मोगऱ्याचा दरवळ साऱ्या आसमंतात पसरलेला असायचा. आजीच्या पडवीत आंब्यांची आढी रचून ठेवलेली असायची. आई, आजी, मावशी, मामी यांपैकी कोणीतरी गरम पोळ्या करायच्या. कधी कधी प्रश्न पडायचा, की यांच्यापैकी कोणीच थकलेलं नसायचं का? आई तर आमच्याबरोबर प्रवास करायची. पण कुठंही गेली, तरी कोणत्याही कामाला सतत तयार असायची.

३ जून

एरवी शाळा चालू असताना सगळी मुलं सकाळीच डबा घेऊन जातात. कायमच गार अन्न खातात. निदान सुट्टीत तरी दोन्ही वेळा गरम जेवायला मिळालं पाहिजे. पण ते शक्य होत नाही. कोण वाढणार मुलांना?

आमच्या घरी आमचे किती लाड पुरवले जायचे. दडवे पोहे, काकडीचे पोहे, वेगवेगळी धिरडी, घरच्या पुरणपोळ्या, दिंडं, कडबू, मोदक, कांद्याची गरम थालीपीठं असे कित्येक पदार्थ. पहिला पाऊस पडला की भजी. हे सगळं पुरवायला घरी माणसं असायची.

या बायकांनी वेगवेगळे पदार्थ करायचं कधी ठरवलं, तयारी कधी केली, किती वेळात सगळं केलं, हे आमच्या काही गावीही नसायचं. ताटलीतलं खायचं एवढंच माहीत! हे लिहीत असतानाच समोर एक बाई सुरळीच्या वड्या विकायला आली. तिने त्या घरी केल्या होत्या. ती विकत होती. तिच्या सगळ्या वड्या संपल्या. माझ्या डोळ्यासमोर आई आली. ती या वड्या करायची, तेव्हा बघायलाही फार छान वाटायचं आणि खायलाही.

हे आठवून लगेच करावंसं वाटलं. पण शनिवार-रविवार असला, तरी निदान आज उद्या तरी शक्य नाही.

५ जून

जय एका शिबिराला गेला होता. तिथं मुलांची आरोग्य तपासणी झाली. मुलं हल्ली जंक फूड जास्त खातात. त्यांनी काय खायला हवं हे त्यांना सांगितलं. जय आणि त्याच्या मित्राला हिमोग्लोबिन तपासून घ्यायला सांगितलं होतं. त्यांनी सुचवलं म्हणून आम्ही तपासून घेतलं तर ते खरंच कमी निघालं. म्हणून आमच्या डॉक्टरांना रिपोर्ट दाखवला. त्या म्हणाल्या, हिमोग्लोबिन कमी आहेच. पण औषधं घेण्यापेक्षा आरोग्यपूर्ण खाण्यातून ते भरून काढा.

खूप थकवा येतो म्हणून काही महिन्यांपूर्वी माझीही तपासणी केली होती. तेव्हाही हिमोग्लोबिन कमीच आलं होतं. आता जयलाही तेच सांगितलंय, काही तरी करायला हवंच.

८ जून

आज ऑफिसमध्ये खूप चिडचिड होत होती माझी. बाहेरच्या लोकांसमोर आपण राग व्यक्त करू शकत नाही. तो आतल्या आत दाबला गेला. याचा परिणाम म्हणून फार रडायला यायला लागलं. कसंबसं थोपवलं स्वत:ला.

खरं तर मन मोकळं करण्यासाठी मी डायरी लिहिते. लोकलच्या प्रवासातला वेळ त्यासाठी वापरते. पण आत्ता मी मनातलंही लिहू शकत नाही. लिहायला लागले तर पुन्हा रडायला येईल असं वाटतंय, त्यापेक्षा नकोच तो विषय!

१३ जून

आज चतुर्थीचा उपवास केला. काही खावंसं वाटत नव्हतं. म्हणून काही केलंही नाही आणि खाल्लंही नाही. दुपारी नेहमीच्या काकू आल्या होत्या सुट्टीत. त्यांच्याकडून मैत्रिणीने माझ्यासाठीसुद्धा साबुदाण्याची खिचडी घेऊन ठेवली होती. ती आम्ही दोघींनी खाल्ली पण संध्याकाळी गळून गेल्यासारखं वाटत होतं.

आईचा मगाशीच फोन आला होता. आवाजावरून तिला कळलंच, मला काही तरी झालंय म्हणून. नेहमीप्रमाणंच तिने सुनावलं, काम करणाऱ्या बायकांनी असे उपवास करायचे नाहीत म्हणून. तिचं पटलं. आधीच ते हिमोग्लोबिन कमी म्हणून थकवा येतोय. त्यात उपवास म्हणजे चुकलंच माझं जरा.

१५ जून

सध्या माझ्या तब्येतीपलीकडे मला काही सुचतंच नाही बहुतेक.

भाज्या आणि फळं खायचं प्रमाण वाढवायला हवंय. संध्याकाळच्या स्वयंपाकाचीही वेगळी सोय करायला हवी.

मला कधीच आठवत नाही, की माझी आई कधी दमली आहे, तिचं डोकं दुखतंय, एखादी गोष्ट करायला ती नको म्हणतीये, असं कधीच आठवत नाही.

मी आणि माझ्या मैत्रिणी मात्र कायम थकलेलो असतो. मागच्या पिढीला नोकरी व्यवसायाचं आणि जिथं तिथं स्वत:ला सिद्ध करायचं ओझं नसायचं. पण ज्या बायका नोकरी करायच्या त्याही कामं करायला उत्सुक असायच्या की तसं दाखवायच्या? आता माझ्या एकुलत्या एक मुलाचा वाढदिवस आहे. त्याचे आठ-दहा मित्र घरी येणारेत, तर मला किती टेन्शन आलंय.

20 जून

काल वाढदिवसाचा विषय तसाच मनात चालू राहिला. सामोसा, कचोरी, पॅटीस, वेफर्स, गुलाबजाम, केक, कोल्ड्रिंक असं काही तरी आणू या असा विचार करत मी घरी आले. जयला विचारलं, 'काय करू या वाढदिवसाला?' तर म्हणाला, 'गरम गरम पुऱ्या, आमरस आणि कोणतीही भाजी चालेल.'

मी बघतच राहिले. मला वाटलं, हे असले चटपटीत पदार्थच असतात ना आजकाल वाढदिवसांना, त्यापैकीच काही आणावेत.

पण याची फर्माईश काही वेगळीच होती. ऑफीसमधून घरी आल्यावर पुऱ्या तळण्याचा विचार मला आत्ताच थकवून गेलाय.

29 जून

'आपण वाढदिवस गुरुवारच्या ऐवजी रविवारी करू या का?' असा प्रस्ताव मी मांडला.

पण मग वाढदिवस एकदम पुढच्या महिन्यात जातो. त्यामुळे तो अजिबात तयार झाला नाही. लहान होता तोपर्यंत आम्ही असंच करायचो.

पण आता तो मोठा झालाय. त्यामुळे असल्या ॲडजस्टमेंट्स चालत नाहीत साहेबांना. आमच्या ऑफीसमध्ये शुक्रवारी-शनिवारी जरा कमी काम असतं; पण गुरुवारी जोरदार काम असतं. बाबाला हे सगळं सांगितलं, तर तो म्हणाला बघू या.

वाढदिवस करायचा तर त्याच दिवशी, या विषयावर दोघंही ठाम आहेत. माझं वय खरंतर ४२ आहे, साठीच्या पुढची नाहीये मी. तरीही ऑफीस आणि स्वयंपाकासह वाढदिवस हे दोन्ही मला झेपेल का, प्रश्नच आहे.

पदार्थ बदलावेत असं काही मला वाटलं नाही. कारण मी सुचवत असलेल्या विकतच्या आणि तळलेल्या पदार्थांपेक्षा हे पदार्थ छानच आणि जास्त पौष्टिक आहेत. फक्त आयत्या वेळी करण्याचे आहेत, तेवढंच!

आठ दिवसांवर आलाय वाढदिवस...

शेवटी एकदाचं ठरलं. नेहमीच्या भाजीविक्रेत्या काकूंना सांगून भाज्या निवडूनही घ्यायच्या. श्रावणघेवडा, पावडी, फ्लॉवर, गाजर निवडून आणि चिरूनही घ्यायचे. कांदा आदल्या दिवशी चिरून परतून ठेवायचा. एवढी तयारी असेल तर आयत्यावेळी बटाटा आणि कॉर्न त्यात घालता येतात.

बाबा घरी लवकर येईल. कणीक भिजवेल आणि लहान गोळे करून ठेवेल. बाबाला येतं हे काम! जय सजावट करेल आणि डिशेसची तयारी करेल. मी आले की भाजी करेन. आम्ही तिघं आमरस करून फ्रीजमध्ये ठेवू. मुलं जेवायला बसली, की पुऱ्या तळेन. हुश्श! झालं ठरलं एकदाचं.

१ ऑगस्ट

''प्रमोशनसाठी तुमचं नाव येण्याची शक्यता आहे, दुसऱ्या ऑफीसमध्ये बदली होईल. तिकडे वरच्या लेव्हलचे सीनिअर्स असतात. ते संपूर्ण ऑफीस डिजिटल आहे. तुम्हाला बऱ्याच गोष्टी स्वतःहून शिकाव्या लागतील. सतत जर्मनीशी संपर्क ठेवावा लागेल. तुमचा काय निर्णय आहे? तुमचं नाव पाठवू ना?'' ऑफीसरच्या या प्रश्नाने मला खूपच आनंद झाला होता.

मी 'हो' म्हणणार इतक्यात दुसऱ्या मनाने मला थांबवलं आणि म्हटलं, 'थांब लगेच सांगू नको...'

मी त्यांना म्हटलं, ''कधीपर्यंत कळेल आपल्याला?'' '...म्हणजे मला तसा विचार करायला', हे वाक्य माझ्या मनातलं.

''हो. पंधरा दिवसात सांगा, म्हणजे मला वरच्या ऑफीसला कळवता येईल.''

आजचं सरांबरोबर झालेलं संभाषण जसंच्या तसं इथं लिहून काढलंय मी. काय करू मी...? काय करू मी...?

२ ऑगस्ट

ज्या प्रमोशनसाठी मी वाट बघत होते, तिथं हो म्हणून सांगायला मुदत कशासाठी हवी? कोणाला विचारायचं आहे? कोणासाठी थांबायचं आहे?

काही कळत नाही.

माझ्यावर घरच्या अशा काही जबाबदाऱ्या नाहीत, की मला नव्या गोष्टी शिकण्यासाठी वेळच काढता येऊ नये. मी शिकू शकते.

३ ऑगस्ट

मी नक्की काय करते आहे? घाबरले आहे का मी?

आजपर्यंतच्या नोकरीत वेगळ्या देशाशी संपर्क कधीच आला नव्हता. या ऑफीसमध्ये स्थानिक भाषेतच सगळा व्यवहार चालतो. तिकडे संपूर्ण इंग्रजी वापरावं लागेल. शिवाय थोडंफार जर्मनही शिकावं लागेल, याची भीती आहे का मला?

याशिवाय काय, तर तिकडे फक्त सीनिअर लेव्हलचे लोक आहेत. त्यांच्याशी जुळवून घेता येईल का, याचं टेन्शन आहे का? मी त्या लेव्हलची नाही अशी पक्की खात्री आहे का माझी?

नक्की कशासाठी मी माझा निर्णय थांबवला. माझ्या बरोबरीने हाच प्रश्न सुधन्वा सरांनाही विचारला. त्यांनी तत्परतेनं 'हो सर, मी केव्हाही जायला तयार आहे' असं मोठ्या आत्मविश्वासाने सांगितलं. मी तरीही काही बोलले नाही. गप्पच बसले.

४ ऑगस्ट

म्हणे मला विचार करायला वेळ हवाय!

कसला वेळ हवाय? कशासाठी? माझी सोहा बारावीनंतर बंगलोरला शिकायला गेली. तिने सगळं स्वतःच ठरवलं. मनात कुठंही किंतु-परंतु नव्हता. तिथून एका प्रोजेक्टसाठी लंडनलाही जाऊन आली. संपूर्ण वेगळे लोक, वेगळं शहर, वेगळं राज्य, वेगळा देश, वेगळी संस्कृती, असं असूनही तिने हे सर्व केलं.

आणि मी तिची आई, एकाच शहरात फक्त दुसऱ्या ऑफीसमध्ये जाण्यासाठी स्वतःचीच परवानगी काढते आहे.

आमच्या घरी प्रत्येकाचं स्वतंत्र करियर आहे. कोणी कोणाच्यामध्ये आडकाठी करत नाही.

घरी कोणाला विचारायचंय, सांगायचंय हा प्रश्नच नाही.

छोट्या बछड्यांना सांभाळण्याचा, त्यांना वेळ देण्याचा प्रश्न नाही.

काही काही नाही!

६ ऑगस्ट

कदाचित असं आहे, की आपण जेव्हा एखादी रूळलेली गोष्ट सोडून दुसरं काही करायला लागतो, तेव्हा मन थोडं डळमळीत होणारच. कोणत्याही नव्या क्षेत्रात प्रवेश करताना संघर्ष करावा लागतोच. आपल्यातल्या क्षमता सिद्ध कराव्या लागतात. एकवेळ इतर माणसं आपल्याला 'समजून' घेतील; पण आपण स्वत:लाच 'समजून' घेऊन चालत नाही. स्वत:ला कायम 'उगी उगी' करायचं नाही. इथं आपणच स्वत:चीच कठोर परीक्षा घ्यायची असते. या स्व-परीक्षेत आपला खरा कस लागतो. आपला निर्धार असेल तर आपण तरून जातोच.

सोहासारख्या नव्या पिढीच्या मुली आज कुठंही धडक मारायला तयार असतात.

या मुलींमध्ये असं काय विशेष गुण असतात, शोधायलाच हवं.

आजच्या पिढीतल्या मुलींना आत्मविश्वास असतो. त्यांनी स्वत:ला पूर्ण ओळखलेलं असतं. आपण काय करू शकतो, कुठपर्यंत स्वत:ला ताणत नेऊ शकतो, हे त्यांना माहीत असतं. दुसरं म्हणजे त्या अतिशय प्रामाणिकपणे आपलं काम करत असतात.

सोहा लंडनला गेली, तेव्हा तिच्या टीममध्ये अनेक मुलं-मुली होती. आपल्याला काही प्रमाणात विरोध होऊ शकतो याची तिला जाणीव होती. त्यामुळे कुठं विरोध होऊ शकतो याचा अभ्यास करून योग्य उत्तरं देण्याची मानसिक तयारी तिने आधीच करून ठेवली होती.

सोहासारख्याच खूप खूप मुली, स्त्रिया आता माझ्या डोळ्यांसमोर येताहेत. माझ्या डॉक्टर, प्रशासकीय अधिकारी असलेली माझी भाची, अमेरिकेत

संशोधनासाठी गेलेली तिची मैत्रीण, बचतगटाच्या माध्यमातून थेट दिल्लीला जाऊन अनुभवकथन करणारी माझ्या शेजारच्याच घरातली मदतनीस या सगळ्या जणी कोणत्या जिद्दीच्या जोरावर इतक्या पुढं गेल्या? त्या ज्या ठिकाणी आहेत, ते काही सोपं नाही. प्रत्येक क्षेत्र हे अवघडच आहे. काहींच्या समोर तर रोजची लढाई आहे.

कोणत्याही क्षेत्रात असल्या, तरी या सगळ्या वयाने लहान आणि मोठ्या मुली लढाऊ आहेत. रडत बसून माघार घेणाऱ्या मुलीच नाहीत. कोणतीही आणि कशीही परिस्थिती येऊ दे, मी संकटांपुढं माघार घेणारच नाही, हे त्यांनी पक्कं ठरवलेलं असतं.

त्यांच्यातले हे गुण मी लक्षात घ्यायलाच पाहिजेत.

७ ऑगस्ट

मी आणि या मुली यांच्यात आणि काय फरक आहे?

आपल्या आवडीची एखादी स्त्री, जिला आपण आपला आदर्श मानतो, ती कशी आहे, तिचे विचार काय आहेत, तिचं कर्तृत्व काय हा प्रश्न विचारला पाहिजे. ही स्त्री कदाचित आपली आई असेल, मावशी असेल, काकू असेल, आजी असेल, शिक्षिका असेल, बँकेत ऑफीसर असेल, डॉक्टर असेल, नटी असेल, कोणीही असेल. तिच्यात असे काय गुण आहेत, की ज्याच्यामुळे आपल्याला ती आवडते, हे आपल्या मनाशी तपासून पाहिलं पाहिजे.

कदाचित असं होईल, की आपले अनेक आदर्श निर्माण होतील. तसं झालं तर चांगलंच. कारण प्रत्येकीत काही वेगळे गुण असतीलच.

९ ऑगस्ट

खूप विचार केला!

काय गुण असू शकतील यांच्यात, याचा. विचारांचा फायदा असा झाला, की त्यांच्यातले स्पेशल गुण मला सापडत गेले.

हसतमुखाने आपली रोजची कामं पार पाडण्यातलं कौशल्य असेल, कितीही कष्ट करायची तयारी असेल, दुसऱ्याला समजून घेण्याची कला त्यांच्याकडे असेल. आपापल्या विषयात अतिशय हुशार असतील, व्यवहाराला

चोख असतील, प्रामाणिक असतील, समोर आलेल्या संकटाला चांगल्याप्रकारे तोंड देणं हे सर्व या मुलींमधले गुण आहेत.

म्हणजे मला तसं व्हायचंय तर...!

आज मी सोहालाच माझा आदर्श मानायचं ठरवलंय. माझी कणखर आणि धडाडीची मुलगी हाच माझा आदर्श!

आता खूप छान वाटतंय. अस्वस्थता कमी होते आहे.

१५ ऑगस्ट

सोहामधले आदर्श गुण आत्मसात करण्याचा प्रयत्न तर करायलाच हवा. पण माझ्या लक्षात आलंय की मीच नाही, तर माझ्यासारख्या किती तरी बायकांमध्ये एक दुर्गुण असतो, तो म्हणजे स्वत:ला कमी समजण्याचा.

पण आपल्याकडे अशी परिस्थिती आहे की, हा खरं तर जो दुर्गुण असतो तो गुण समजण्यात येतो. जी स्त्री सदैव तडजोड करते, स्वत:ला कमी लेखते, स्वत:चे विचार आणि भावना दडपून मनातच ठेवायला शिकते, जी स्त्री स्वत:चे हक्क मानत नाही आणि मागतही नाही, ती स्त्री आदर्श असं आपला भारतीय समाज समजतो.

इथं मोठा गोंधळ आहे!

हा गोंधळ माझ्या आता लक्षात आला. मी प्रमोशनसाठी चालढकल करते याचं मूळ इथं आहे तर! हा माझ्या मनातला कमकुवतपणा तर आहेच; पण माझ्यावर झालेल्या संस्कारांचाही भाग आहे. हा मीच प्रयत्नपूर्वक दूर करायचा आणि करायचाच आहे.

आजचा स्वातंत्र्यदिन हा माझ्यासाठी खऱ्या अर्थानं स्वातंत्र्याचा दिवस आहे. माझ्याच विचारांपासून मी मिळवलेलं स्वातंत्र्य!

आता तयारी करायला हवी. १ तारखेपासून नव्या ऑफीसमध्ये रुजू व्हायचंय मला!

• • •

---

१५ जून २००७

तेजूच्या बालवाडीचा पहिला दिवस. रोहिणीने तिला छान तयार केलं. आम्ही तिघं जणं उत्साहाने बाहेर पडलो. अगदी वेळेत शाळेत सोडलं. शाळेच्या बाहेर थांबलो आणि थोड्याच वेळात तिला घेऊन घरी आलो. तेजूचं किती कौतुक केलं त्या दिवशी. माझ्या लेकीच्या आयुष्यातला महत्त्वाचा टप्पा. तिचं शिक्षण सुरू झालं.

संध्याकाळी गंमत म्हणून स्टुडिओत जाऊन खास तिचा फोटो काढला. एक आठवण म्हणून.

---

१५ जुलै २००७

एक - दोन दिवसांतच तेजू शाळेत रुळली. आता तिला फक्त बिल्डिंगच्या खाली घेऊन जावं लागतं. तिथे स्कूल बस येते. आणि दुपारी सोडतेही. त्यामुळे शाळेपर्यंत रोज रोज जावं लागत नाही. कधी मी आणि कधी रोहिणी खाली सोडायला जातो.

---

२० ऑगस्ट २००७

आज तेजूचा वाढदिवस. सोसायटीतल्या मित्र-मैत्रिणींबरोबर शाळेतल्या मित्र-मैत्रिणींचीही भर पडली. अगदी छान झाला वाढदिवस. नवा फ्रॉक मिळाला, सगळे जण आले तर खूश होती तेजू. जणू एक दिवसाची दिवाळीच आपापल्या घरातली.

आमच्या मुलीचा पहिलावहिला रिझल्ट. एक वर्ष शाळेत जाऊन काय केलंय हे आईबाबांना कळायचा दिवस. तिचा रिझल्ट छानच होता. मुलगी उत्साही आहे. हुशार आहे. मित्र-मैत्रिणींशी छान जमतं इत्यादी कौतुक ऐकूनच आम्ही घरी आलो. असं वाटलं की चला, एक नवा रस्ता तेजूसाठी मोकळा झाला. तो तिला खुणावतोय. आता आपली मुलगी शिक्षणप्रवाहाला लागली.

आज तेजूचा गॅदरिंगमध्ये सोलो डान्स आहे, तिने नाटकात पण भाग घेतला आहे. आणि छोट्या भागाचं सूत्र संचालनही ती करणार आहे. परवा तिला प्रॅक्टिससाठी उशीर होणार होता. काही जणांना थांबवून घेतलं होतं. स्कूल बस थांबणं शक्य नव्हतं. मग मी तिला आणायला गेलो होतो. ती अगदी छानच काम करत होती नाटकात. तेजू खरंच हुशार आहे. रोहिणीची तिला खूप छान साथ आहे. अभ्यासात, पाठांतरात, वेगवेगळ्या स्पर्धापरीक्षांत, सगळ्यात. मी फार तर सोडायचं आणायचं काम करतो.

तेजूचे तीनही परफॉर्मन्स अगदी छान झाले. शाळेलाही तिचं खूप कौतुक आहे.

वाढदिवसानिमित्त तेजूला सायकल घेतली. दुसऱ्याच दिवशी म्हणाली, मी सायकलवरून शाळेत जाते. एकदम धक्काच बसला मला. थेट शाळेत जाणार. मी म्हटलं, आधी जरा घराजवळ सायकल चालव. रस्त्यावरच्या रहदारीची सवय होऊ दे. मग जा शाळेत. पण ती ऐकायला तयार नव्हती.

मग मी म्हटलं, 'तू पुढे जा. मी तुझ्या मागे असेन.'

पुढचा जवळपास आठवडाभर तिच्या मागे मागे शाळेत जाताना आणि येताना मी माझी गाडी घेऊन असायचो. नंतर मला खात्री पटली की आता ती जाऊ शकते. मग मी स्कूटर घेऊन मागे जाणं सोडलं.

आज तेजूच्या मैत्रिणी घरीच आल्या आहेत. उद्या तिचा वाढदिवस आहे ना! त्यांना एकत्र साजरा करायचा आहे. नव्या पिढीच्या नव्या गमती.

आज तेजूने माझ्याकडे ७ – ८ हजार रुपये मागितले. म्हणाली, तिला कॉलेजच्या मित्र-मैत्रिणींना पार्टी द्यायची आहे. मी म्हटलं, म्हणजे? घरी करायचा नाही वाढदिवस?

ती म्हणाली, अरे बाबा, दुपारी कॉलेजच्या मित्र-मैत्रिणींबरोबर आणि रात्री शाळेतल्या माझ्या जुन्या मित्र मैत्रिणींबरोबर बाहेर जाणार आहे. आणि आज रात्री क्लासमधल्या मैत्रिणीकडे जाणार आहे. तिथेच एक पार्टी होणार आहे. मग घरी कधी जेवणार मी?

———————————— २१ ऑगस्ट २०१८ ————————————

काल दिवसभर तेजू भेटली नाही आणि दिसली पण नाही. इथेच आसपास होती, पण घरी आली ते थेट १२.३० वाजता. इतकी थकून, की आली आणि झोपायला गेली.

पहिल्यांदाच मला वाटलं की माझी तेजू माझ्यापासून – आमच्यापासून लांब चालली आहे. दिवसभर कॉलेज, क्लासेस, उरलेल्या वेळात मित्र-मैत्रिणी, ट्रीप्स, पार्ट्या –या सगळ्यात आई-बाबा कुठे आहेत? घर कुठे आहे? काहीतरी हरवल्यासारखं वाटतंय.

कालचा दिवस मी आणि रोहिणीने तेजूच्या आठवणी काढत छान घालवला. तिच्या जन्माच्या वेळेला काय काय झालं, पहिला वाढदिवसाच्या वेळी किती आर्थिक ओढाताण होती तरीही वाढदिवस खूपच मस्त साजरा केला. मग दुसरा, तिसरा, सगळेच वाढदिवस – कधी बाहेर महाबळेश्वरला जायचं, कधी नातेवाइकांना बोलावून, कधी अजून काही – खूप वेगवेगळ्या पद्धतीने साजरे केले सगळे वाढदिवस. आता तिच्या जगात आपण आहोत की नाही, असा प्रश्न पडला मला.

———————————— १ सप्टेंबर २०१८ ————————————

रोजच्या तिघांच्या गप्पा जवळपास थांबल्याच आहेत. आम्ही दोघं असतो. आणि तेजू फुलपाखरासारखी इकडे तिकडे फिरत असते. करियरसंबंधी घ्यायचे निर्णय, इतर छोटे मोठे निर्णय – अशा कशातच तिला कोणाची गरज लागत नाही. कसं होणार अशाने?

आजही तेजू घरी नाही. तिच्या मैत्रिणीच्या घरी आहे. मुलं मोठी होतात तशी आपली गरज संपतेच का?

तिला म्हटलं, 'घरी थांब. आपण छानपैकी पार्टी करू.'

तर म्हणते, 'पार्टीच करायला चालले आहे. मला कशाला थांबवतोस रे?'

लहानपणी मुलं आपल्या आसपास घोटाळत असतात. प्रत्येक गोष्ट आपल्याला विचारून करतात. आपण म्हणू तसंच करतात. त्यांच्या जगात अशी एकही गोष्ट नसते जी आपल्याला माहीत नसते. आपल्याला वाटतं, असंच चालणार आहे. हेच त्यांचं वागणं कायम राहणार आहे. मुलं आणि आपण यांतला बंध असाच टिकणार आहे. आपली मुलं ही अतिशय गुणी आणि आज्ञाधारक आहेत.

काही वर्षांतच सरळसोट - लांबलचक रस्ता संपतो आणि एका वळणानंतर अवघड घाट सामोरा येतो. इथे आपल्याला त्यांच्या जगात काय चाललंय हे कळणं हळूहळू कमी होत जातं. आपण त्यांना हौसेने सायकल घेऊन देतो, मग त्यांना शाळेत सोडणं - आणणं कमी होतं. मित्र-मैत्रिणींकडे सोडायला - आणायला जाणं बंद होतं. त्यांचे त्यांचे कार्यक्रम ठरतात. तेही आपल्याला छानच वाटतं. असंच काही वर्षांनी टू व्हीलर घेऊन देतो. आता कॉलेजमध्ये नव्यानेच प्रवेशकरती झालेली मुलं प्रत्येक छोट्या मोठ्या परीक्षेचा रिझल्ट सांगत बसत नाही. नव्याने कोण मित्र झाला, नव्याने कोण मैत्रीण झाली हे सांगत नाहीत. आता तर त्यांचे वाढदिवससुद्धा बाहेरच्या बाहेरच होतात.

हे इथे लिहिलंय मी एका दमात. पण प्रत्यक्षात या सगळ्या घाटातल्या प्रवासात पालक म्हणून आपली मात्र जाम दमछाक होते.

आपण कायमच मुलांबरोबर असतो पण मुलं आपल्याबरोबर असतात का? असा प्रश्न पडलाय मला.

अशा सगळ्या विषयांवर तेजूशी काय बोलणार? बोलणं खूपच कमी झालं आहे. म्हणून मी रोहिणीशी बोललो. तर असं लक्षात आलं की तिला असे काही प्रश्न पडले नाहीत.

ती म्हणते, 'आता असंच होणार. मोठी होते ती. तिचं तिचं स्वतंत्र विश्व असणारच की. आणि तिचं सगळं छान चालू आहे. तिचे सगळे मित्र-मैत्रिणी मला माहिती आहेत.

बाबाने शिकायला हवं. । ९१

आज सकाळीच उठून त्यांचा एक ग्रुप नदी स्वच्छतेच्या कामाला गेला आहे. ही मुलं फक्त मजा मारतात असं नाहीये. अभ्यास करतात. अशी चांगली कामंही करतात. आपल्याला फक्त त्यांना सतत न टोकता पाठीशी उभं राहावं लागतं.

अजून काही वर्षांनी कदाचित तिला शिक्षणानिमित्त, नोकरीनिमित्त बाहेर जावं लागेल. अशा वेळेला बाहेरच्या जगाचे अनुभवच कामी येणार आहेत. सर्व वेळेला तिला तिचेच निर्णय घ्यावे लागणार आहेत. त्यातून निर्णय चुकलेच तर आपण काही तिला मदत करणार नाही, असं नाही. कित्येकदा कित्येकांचे निर्णय चुकतात. अगदी मोठे मोठे निर्णयसुद्धा चुकतात. माणसाची पारख तिने आत्तापासून, आपल्या घरात राहून आणि बाहेरच्या जगाशी जास्त संपर्क ठेवून केली तर या जडणघडणीच्या वयात तिला याचा फायदाच होईल. मुलींना बाहेरच्या जगाचा अनुभव हवाच ना...

तिचं म्हणणं मला पटतं आहे की नाही पटत? काहीच कळत नाहीये.

—————————— १५ जानेवारी २०११ ——————————

आज तेजू बँकेत गेली होती. फारशी सवय नाही तिला बँकेत जायची. तिथे काही तरी अडचण आली. मी तिला म्हणणारच होतो की, थांब तिथेच मी आलोच.

पण रोहिणीचं बोलणं आठवलं. तिला म्हटलं, अमुक एका काउंटरवर जा. तिथे तुला हवी असलेली माहिती मिळेल.

दहाच मिनिटांत तिचा मेसेज आला. 'बाबा, त्याच काउंटरवर काम झालंही पाच मिनिटांत.'

हे बरोबरच झालं. जिथे तिथे आपण धावायचं नाही. जिथे आवश्यक असेल तिथे मात्र धावायचंच. बाकी आपलं आपलं शिकू द्यायचं.

●●●

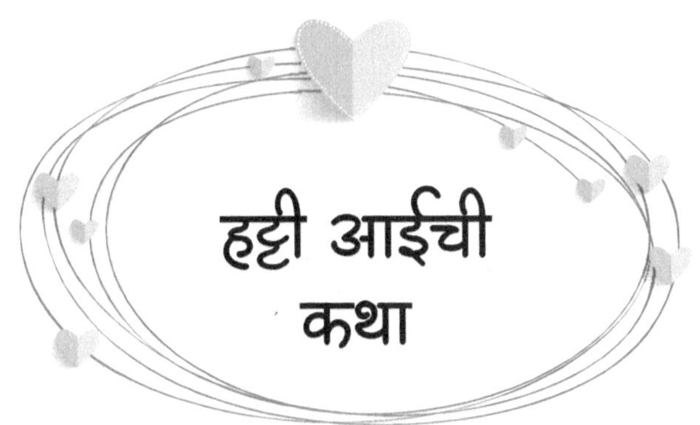

- **३ सप्टेंबर**

मी माझ्या आईला व्रतवैकल्यं करताना पाहिलं. खूप कष्ट करताना पाहिलं. स्वतःच्या आरोग्याकडं पूर्णतः दुर्लक्ष करून घरच्या माणसांसाठी अक्षरशः झिजताना पाहिलं. सासरच्या माणसांच्या पुढं ती स्वतः आणि तिची मुलं दोन्ही दुर्लक्षित असायची. घरातली कर्ती माणसं हीच फक्त महत्त्वाची असायची. माझ्या पिढीत हा प्रकार थोडा कमी झाला. घरातली माणसं कमी असल्यामुळे मी स्वतःकडे आणि माझ्या मुलांकडे लक्ष देऊ शकायचे. सासरची माणसं कधी आली, तर मात्र केवळ त्यांचंच करावं लागायचं. पण आता तुमच्या पिढीत किती गोष्टी बदलल्या आहेत. निदान काही घरांमध्ये तरी नक्कीच बदलल्या आहेत. नोकरी/व्यवसाय करणारी स्त्री स्वतःचे निर्णय घेऊ शकते. 'तुम्हाला आता दुहेरी, तिहेरी जबाबदाऱ्या पार पाडायच्या असतात, म्हणून तुम्ही स्वतःकडे लक्ष दिलंच पाहिजे. सगळ्यात महत्त्वाचा आहे तो तुमचा आहार, तुमचा फिटनेस. तुमच्यावर या अख्ख्या घराचा डोलारा उभा असतो, म्हणून तुम्ही आधी स्वतःची काळजी घ्यायला हवी तरच घराची काळजी घेऊ शकाल. तुम्ही कार्यक्षम राहणं फार महत्त्वाचं झालंय आत्ताच्या काळात.' माझी साठीतली आई मला सांगत होती.

ते खरंच होतं. मी कधीकधी घाईत सगळ्यांचे डबे भरते, सगळ्यांना खायला पदार्थ काढून ठेवते. पण मला मात्र दोन घास तोंडात टाकायलाही जमत नाही. हे आईच्या लक्षात आलेलं दिसतंय.

● ५ सप्टेंबर

आई राहायला आली आहे, तर किती बरं वाटतंय. एकाच शब्दात याचं वर्णन करता येईल, रिलॅक्स!
बास आता मला काही नको. आई, फक्त तू हवीस!

● ७ सप्टेंबर

घरात मी, माझा नवरा आणि माझा सहा वर्षांचा मुलगा एवढे तिघंच आहोत. पूर्वींच्या बायकांना होता तसा काही सासरच्यांचा जाच नाही मला आणि व्रतवैकल्यंही नाहीत तेव्हासारखी. पण आहे हेच करता करता दिवस कधी सुरू होतो आणि संपतो कधी हेच कळत नाही मला.

कामं आटपत नाहीत. सगळ्याला उशीर होतो. शिवाय पसारा आवरला जात नाही. त्यामुळे जास्तीच गोंधळ वाढतो.

आई, तू म्हणतेस, की तुझ्या या बहिणीला कामाचा उरक नाही, त्या अजून कोणाला कसा कामाचा उरक नाही. पण मला माहितीये, तू माझ्याचबद्दल बोलत असतेस. मला उरक नाही असंच खरं म्हणजे तुला म्हणायचं असतं. पण तू तसं म्हणत नाहीस. इतरांच्या खऱ्या असलेल्या किंवा नसलेल्या उदाहरणांवरून 'मी काय करायला हवं हे बरोबर दाखवून देतेस नाही का!' काय करू पण मी?

● ८ सप्टेंबर

माझ्या छोट्याश्या पार्ट-टाईम जॉबवरून घरी आले की मी फार थकलेली असते. थेट आधी पलंगावर अंग टाकते. निहार येईपर्यंत जो अर्धा-पाऊण तास मिळतो, त्यात एक डुलकी काढते.

पण तरीही मरगळ जात नाही. संध्याकाळभर कंटाळ्यातच राहते मी.

हे तिने पाहिलं. काल मला म्हणाली, डुलकी काढण्यापेक्षा येतानाच बागेत पंधरा-वीस मिनिटं फिरुन ये, म्हणजे कंटाळा जाईल.

मला तरी हे पटत नाहीये. पण बघीन करून.

● १० सप्टेंबर

चालायला जाण्यासाठी वेळ नाही असं आईला म्हटलं. दोन्ही दिवस नाही जमलं मला.

आज आईने विचारलं, तर मी म्हटलं, 'आई, चालायला जाण्यासाठीचे वेगळे शूज असतात, ते आहेत माझ्याकडे; पण ऑफीसमध्ये शूज घालून कसं जाणार?'

मग गप्प बसली.

● ११ सप्टेंबर

मला वाटलं, आईला माझी दया आली असेल. पण कसलं काय आणि कसलं काय. मी आज ऑफीसमध्ये जाण्यासाठी निघाले. पार्किंगमध्ये जाऊन पर्स ठेवण्यासाठी डिकी उघडली तर डिकीत एक कॅरीबॅग आणि त्यात चालण्याचे शूज ठेवले होते. मी चक्रावूनच गेले. पण लक्षात आलं, हे काम तिचंच. पण ती कधी किल्ली घेऊन खाली आली आणि कधी हे कष्ट घेतले मला कळलंही नाही. धन्य आहेस बाई आई तू! आता काय, आज जावंच लागणार!

खरंच येताना बागेत चालून आले मी. डुलकी काढण्याची वेळ निघून गेली खरी. पण ठीक आहे! बघू दोन तीन दिवस करून!

घरी निहारचा दंगा आज सहनच झाला नाही. खूप चिडचिड झाली. मला विश्रांतीची किती गरज असते, हे आईला सांगून पटत नाही.

एकच पोरगं! किती वैताग आणतं! आईने आमच्या दोघींचं कसं केलं असेल? तेही नोकरी संभाळून?

● १२ सप्टेंबर

आज चालायला गेले नाही. दमले मी! काय करू?

आईला हे सांगितलं, तर तिने सगळं ऐकून घेतलं खरं. पण अक्षरश: दहा गोष्टी सुचवल्या आहेत. रुटीनमध्ये थोडासाच बदल करूनही वेळ निघणं शक्य आहे, असं तिचं म्हणणं. ऑफीसच्या आवारात, परिसरात चालायला जा. लिफ्टऐवजी जिन्याने चढ आणि उतर. नीहार जेव्हा खाली जाऊन खेळतो, तेव्हा तूही त्याच्याबरोबर उतरायचं. चक्कर मारून यायचं. टेबलवर बसल्या बसल्या हात पाय ताणायचे.

ती म्हणाली, 'आपल्या शरीरातल्या प्रत्येक स्नायूकडे लक्ष पुरवायला हवं. ते कसं शक्य होईल याचा विचार कर.'

आई नुसता पिच्छा पुरवते. हट्टी आहे पहिल्यापासूनच!

● १३ सप्टेंबर

आज आईने कहर केला. मी यायच्या वेळात संध्याकाळी शूज घेऊन खालीच थांबली. म्हणाली, 'चला, चालायला.'

गेले मग आईबरोबर. चक्कर मारून आले. खूप गप्पा झाल्या अध्र्या तासात. मस्त वाटलं.

मी घरी आले. आई कुठंतरी बाहेर जाऊन आली.

● १४ सप्टेंबर

आज संध्याकाळी आई खालीच थांबली होती. पण एक पावती घेऊन. म्हणाली, 'सोसायटीतून बाहेर पडलं, की डावीकडच्या ग्राउंडवर एक योगासन वर्ग आहे. तिथं फी भरली आहे तुझी तीन महिन्यांची. आठवड्यातून दोनदा जाऊन ये. मी तुझ्यासाठी चहा ठेवते.' असं म्हणून पावती हातात देऊन हसत निघूनही गेली वर.

मी खुळ्यासारखी दोन मिनिटं बघत बसले. निमूटपणे वर्गाच्या दिशेने चालायला लागले. आत्ता या क्षणी मला अगदी निहार झाल्यासारखं वाटतंय. आपणही असेच 'त्याच्या हिताचे' निर्णय घेतो आणि त्याला ते करायला लावतो.

२६ सप्टेंबर

आईने संध्याकाळच्या ४० मिनिटांचं असं काही रूटीन लावलंय, की डायरी लिहायलाही वेळ झाला नाही.

कसली आहे ना माझी आई! भारीच आहे.

या आठ-दहा दिवसांत माझ्यात खूप छान बदल झाल्याचं जाणवतंय मला. खरंच हलकं वाटतंय.

३० सप्टेंबर

खरंच, मला कळत नाहीये. आई, तू अशी काय जादू केलीस माझ्यावर, की माझा विस्कटलेला, गोंधळलेला संसार नामक अवाढव्य प्राणी एकदम आटोक्यात-आवाक्यात आणून दिलास. मला जाणवतंय, माझ्याच घरातल्या गोष्टी हळूहळू रुळावर येऊ लागल्यात. कारण मी रुळावर आले आहे. व्यायामामुळे माझी मरगळ गेलीय. निहारबरोबर रात्री बॅडमिंटनसुद्धा खेळते. तो दमवतो आम्हाला दोघांनाही!

यार आई, अगं कुठं होतीस इतके दिवस आणि का आली नाहीस माझ्याकडे राहायला! हे सगळं नीट-नेटकं करून द्यायला.

मी एवढी मोठी चांगली तिशीची आहे आणि तरीही माझी आई माझं पालकपण संभाळते आहे, मजाच आहे!

...

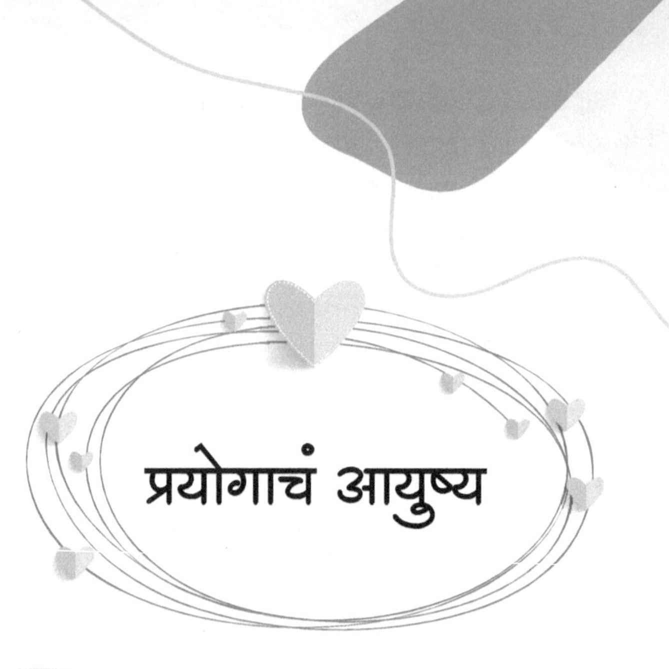

प्रयोगाचं आयुष्य

३ फेब्रुवारी २०२२

बघू या, काय होतंय! असं वाटतंय की आयुष्य म्हणजे सगळा प्रयोगच आहे. प्रयोगशाळा. काचेच्या सुंदरशा परीक्षाननळीमध्ये एखाद्या रसायनामध्ये दुसरं रसायन मिसळलं की स्फोट होतो. त्याच रसायनात तिसरं रसायन मिसळलं, की त्याची वाफ होते. कधी त्यात एखादी तार घातली की ती तार जळते. तर कधी त्या तारेवर काहीही परिणाम होत नाही. कधी कधी तर कोणी तरी जळत राहतं आणि तिसरंच कोणी तरी याला कारणीभूत होत असतं. हा तिसरा स्वत:वर कसलाच परिणाम करून घेत नाही, हे अजूनच एक विशेष. तो फक्त मदत करतो ज्वलनाला.

गेली काही वर्षं असं वाटतंय, की माझ्यावर सगळे प्रयोग चाललेत हे. कधी मी जळते, कधी माझ्यामुळे दुसरे, तिसरे, चौथे आणि अनेकजण जळतात. कधी स्फोट होतो, कधी वाफ कोंडते, कोणी तरी कॅटॅलिस्ट असतं, तर कधी मीच असते कॅटॅलिस्ट.

बास झाले हे प्रयोग! खूप झालं.

म्हणून आम्ही पुन्हा एकत्र आलोय आणि हे आम्ही दोघांनी मिळून ठरवलं आहे.

मला वाटलं नव्हतं आम्हीच दोघं पुन्हा हा निर्णय घेऊ. यापुढं काय होईल हे माहीत नाही. पण असं वाटतंय की गेल्या काही दिवसात या परीक्षानळीने जे जे काही पाहिलं आहे, ते पुन्हा होणार नाही. रसायने ही फायद्यासाठीसुद्धा असतातच की. तशीच तर ती असायला हवीत. जसे हे मागचे काही दिवस.

या डायरीतली मागची काही पानं चाळली, तर आश्चर्य वाटतंय की हे सगळं आपल्या आयुष्यात घडून गेलं. एखादा सिनेमात जसे प्रसंग एकामागोमाग एक येत जातात तसे.

एखादा सिनेमा आपण किती अलिप्तपणे बघू शकतो? बहुतेक वेळा आपल्याला पक्कं माहीत असतं की हा सिनेमा आहे. पण कधीकधी वाहून जातो आपण त्यात. जणू काही आपल्याच आयुष्यात घडतं आहे हे, असं वाटून अश्रूंना वाट मोकळी करून देतो. तसं झालं ही पानं वाचताना.

२५ डिसेंबर २०१६

आज आमचं लग्न.

२५ डिसेंबर २०१५ ची आमची ओळख आणि एक वर्षांनं लग्न. छान आहे आयुष्य!

१ जानेवारी २०१७

नवीन वर्षाचा नवा दिवस.

आयुष्यात आलेल्या नव्या माणसाबरोबर नवी सुरुवात!

नव्या जबाबदारीसह नवी वळणं. चलो उमा, निकल पडो!

५ जानेवारी २०१७

काय चाललं आहे हे?

मी आज स्वत:चंच अभिनंदन करते?

Heartiest congratulations!

चक्क प्रमोशन. कामात वाढ; पण त्यापेक्षा भारी, **income** मध्ये वाढ!

१४ मार्च २०१७

काय लिहू? काही लिहिणार नाही. वेळ नाही.

१० एप्रिल २०१७

प्रिय डायरी..
तुझ्याकडे बघायलाही वेळ नाही गं मला...

१ मे २०१७

अनेक दिवसांनी वेळ मिळाला.
माझं काम तर खूप छान चाललं आहे. खूप छान.
पण घरातली कामं आणि हे काम, समीकरणच जुळत नाहीये. वेळ नाही.
नुसतीच गडबड. त्रागा आणि राग येतो सगळ्याचाच. किती जमवलं तरी टाईम
मॅनेजमेंट जमत नाहीये.

२ मे २०१७

डोळ्यात पाणी असताना लिहिणार तरी कसं?

२१ मे २०१७

जे घडलं त्यात माझी चूक कशी असू शकते? प्रत्येकाने आपापलं बघावं.
मी मागते का मदत? माझ्या कामांसाठी?

सगळं सांभाळून मी करतेच आहे.. एकटी!

२४ नोव्हेंबर २०१७

ममाज बॉय. म्हणायला छान वाटतं. पण हे इतकं?

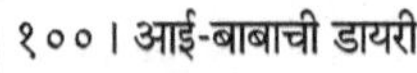

आपलं आपलं काहीच करता येऊ नये? पांघरूण उचलणं, चहाचा कप तसाच ठेवणं हे आई करत असेलही. बायकोने का करायचं? कहर आहे. शक्य झालं, तर याची आई याला वरणभात कालवूनही देईल आणि भरवेल नोकरी करणाऱ्या या मुलाला.

त्यांच्या सीरियलमधल्या आदर्श सुना सेटवर आणि कॅमेऱ्यासमोर वागतात तशा. त्यांच्या घरी नाही!

२६ नोव्हेंबर २०१७

लग्न म्हणजे एका 'मुलीचं' 'यंत्रा'त रूपांतर होतं, अशी समजूत असते का लोकांची? राग येतोय खूप.

..

..

..

तसं असेल तर यंत्रंच यंत्रं असतील आमच्या घरात. खरीखुरी यंत्रं. स्टीलची वगैरे. ही यंत्रं करतील तुमची कामं, जमतील ती. बाकीची करा तुमची तुम्ही. होप फॉर द बेस्ट!

२५ डिसेंबर २०१७

लग्नाचा पहिला वाढदिवस. चार लोक करतात तेच केलं. फिल्म, बाहेर जेवणं. संपलं!

लग्न झाल्यावर माणूस मोठा होतो, जबाबदार होतो वगैरे अंधश्रद्धा आहेत का ह्या?

३० जानेवारी २०१८

मुलग्याच्या आईचं मुलावरचं प्रेम म्हणजे नक्की काय असतं?

मुलाला परावलंबी करून ठेवणं?

मला मूल होईल तेव्हा मी पहिले धडे देणार ते स्वावलंबनाचे. मुलगी होऊ दे नाहीतर मुलगा!

माइय्या आयुष्यात अजून कोणाचं आगमन? शक्य आहे का मला? जमेल का?

जमेल नक्की जमेल. फक्त जबाबदारी वाटून घ्यायला शिकवायला लागेल.

८ मार्च २०१८

जबाबदारी घेणं शिकवण्याचा प्रयत्न चाललाय. बघू या.

१ सप्टेंबर २०१८

आपापली कामं करणं इतकं अवघड आहे का?

हे लहानपणीच शिकवायला लागतं बहुतेक. आईच्या पदराखाली राहून नाहीच.

पण आता स्वतःला बाबा व्हायचं असेल, तर जबाबदार व्हावंच लागेल.

१० नोव्हेंबर २०१८

आम्ही आई–बाबा झालो.

एकदम वेगळंच वाटतंय. खूप छान! सकाळ कधी झाली आणि रात्र कधी झाली हेच समजत नाही. आनंद आहे आयुष्यात. खूप आनंद!

१० डिसेंबर २०१८

आज हे लहानसं बाळ हसलं माझ्याकडं बघून. सध्या माझा रोजचा दिवस नवीन असतो. मी लिहून ठेवणार आहे आता रोजचं. काय वेगळं झालं ते. आज काय **development** झाली ते.

११ जानेवारी २०१९

ठरवलं होतं; पण काही नाही जमलं, लिहायला वगैरे.

त्यापेक्षा गप्पा माराव्यात. खेळावं बाळाशी. नाहीतर बघत बसावं बाळाकडे. हसणाऱ्या, हुंकार देणाऱ्या नाहीतर गाढ झोपलेल्या बाळाकडे.

हे सगळं जास्त मौल्यवान आहे.

माझ्या आईचं मोल मलाही आत्ताच कळतं आहे.

१४ मार्च २०१९

काय चाललं आहे खरंच कळत नाहीये. राग, संताप, दुःख, लग्न केल्याचा पश्चात्ताप, निराशा सगळंच दाटून येतंय माझ्या मनात.

मी एकटीच आई झाले आहे. पण हा अजून बाबा झालाच नाहीये. दिवसातून पाच दहा मिनिटं भाच्यांना खेळवावं आणि नंतर आपापल्या कामाला निघून जावं तसं चाललं आहे. रात्रीची जागरणं माझी जबाबदारी. बाळाचं खाणं मी करायचं, ऑफीसमधून आल्यावर हे सगळं पुन्हा आहे. थकवा येतोय, की नक्की काय होतंय हेच कळत नाही.

घरी पोळी भाजीला मदतनीस आहे, याचा अर्थ काम संपलं का?

एक छोटं बाळ घरी असतं, तेव्हा कामं कित्येक पटीने वाढतात आणि फक्त कामंच का?

बाळाशी गप्पा, खेळणं, त्याला छान छान गोष्टी सांगणं हे सगळं आतून करावंसं वाटत नाही? असं कसं?

मूल जन्माला घालणं चुकीचं आहे का? की मूल जन्माला घालून नोकरी सांभाळणं चुकीचं आहे?

लहानशा बाळाची कामं ही काय कामं असतात का? ती प्रेमाने करायची असतात. त्यात कसलं आलंय तू तू मै मै!

हे सगळं शांतपणे बोलणं आता अवघड झालं आहे.

१८ मार्च २०२०

जे व्हायला नको होतं ते झालंच. खूप मोठं भांडण झालं. असह्य.

छोटी मोठी भांडणं रोजच होत होती. हे भांडण मात्र, तुकडा तुटलाच!

आई बाबा हे नुसतं नावाला! प्रत्यक्षात आमचा हा बाबा काय करतो हा जर प्रश्न असेल, तर 'काहीही नाही' हे त्याचं उत्तर आहे.

मी आले घर सोडून. मुख्य म्हणजे रोजची कामं वाटून न घेणाऱ्या आणि बेजबाबदार, आळशी माणसाला सोडून. बाळाच्या शी-शूपासून गोष्टी सांगण्यापर्यंत, बाळाचं आजारपण एकटीने काढण्यापासून ते लसीकरणापर्यंत. शिवाय स्वतःची कामं आहेतच. मग मी एकटीनेच राहिलेलं काय वाईट?

आई बाबांना सांगितलं कालच. आश्चर्य वाटलंय त्यांना खूप. बोलू या, म्हणाले.

अखेर आज आम्ही वेगळे झालो. तीन वर्षं वयाचं आमचं लग्न आज मोडलं. ही वर्षं आणि त्याआधी दोन वर्षांची ओळख अशा पद्धतीने चाललेलं हे नातं संपलं. संपलं म्हणजे तसं कायद्याने संपलं नाहीये.

तसे नवरा बायको म्हणून आम्ही वाईटच आहोत. पण निदान आई बाबा म्हणून बरे तरी आहोत का, हे तपासायचं आहे.

२५ मार्च २०२०

लॉकडाउन लागला. आता तो मला भेटायला इकडे येणार नाही. माझ्या आईच्या घरी. बरं वाटतंय. खूप शांत वाटतंय.

३० मार्च २०२०

आता सगळे घरातच. खूप शांत वाटतं आहे. सगळं मॅनेज होतंय. आता वेलच वेल आहे. घरभर रांगणाऱ्या बाळाला बघण्यातसुद्धा किती आनंद आहे! मनू मोठा होतोय माझा.

१२ डिसेंबर २०२०

सगळं थोडं थोडं उघडतं आहे आता.

२५ डिसेंबर २०२०

लग्नाचा वाढदिवस. कसलीच जान उरली नाहीये आता या नात्यात.

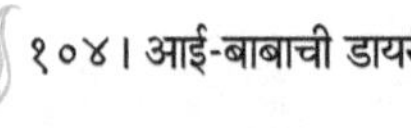

५ जानेवारी २०२१

आज आम्ही दोघं बाहेर गेलो होतो मनूला घेऊन. उगाच. तो म्हणाला, मनूला भेटायचं आहे. असं कसं प्रेम उन्मळून आलं आज?

पण ठीक आहे, वाटलं आहे त्याला, तर मी कशाला नाही म्हणू?

५ मार्च २०२१

पुन्हा लॉकडाउनसारखी परिस्थिती.

८ एप्रिल २०२१

रोज मनूला भेटायला येतो. मनूचं करायला शिकतोय. त्याला शिकायचं आहे. त्याला भात भरवताना गोष्ट सांगितली आज.

१० मे २०२१

मनूच्या नावानं 'एलआयसी'ची पॉलिसी काढली त्याने.

१० जून २०२१

खूप बदल झाला आहे.

३ फेब्रुवारी २०२२ **continued**

लग्न झाल्यापासूनच्या दिवसांची ही पानं वाचल्यावर लक्षात येतं, गेल्या काही वर्षांत लग्न झाल्यापासून, बाळ झाल्यापासून, घर सोडल्यापासून, पुन्हा एकत्र राहायला येईपर्यंत काय काय झालं या परीक्षानळीत! अजून काय प्रयोग होणारेत पुढे? कोण जाणे!

•••

माझी एकटीची लेकरं

दिवाळीचे दिवस आहेत, मी लक्ष्मीला घेऊन घरी आले आहे. तिला होस्टेलमधून सुट्टी मिळाली, त्याच दिवशी मी मुंबईला पोहोचले. ती म्हणाली, तू कशाला येते मला घ्यायला? मी येते. आता काय मी लहान आहे का? पण मी म्हटलं, नको, मला आवडतं म्हणून मी येते. तू लहान आहेस म्हणून नाही काही.

दादा आमच्या आधीच आला. आल्यावर छान घर साफसूफ करून ठेवलं. दोन्ही लेकरं खूप छान आहेत माझी. माझी लेकरं. माझी एकटीची लेकरं.

मी माझं काम सोडायचं ठरवलं आहे.

सोडलं. माझ्या कामावरच्या मैत्रिणीला विश्वासात घेतलं आणि शेवटचं सांगून टाकलं तिला.

सोपं नाही हे. पण पहिल्यापासून मी कोण, माझं खरं नाव काय, हे कधीच कोणाला सांगितलं नव्हतं. ते कामही दुसऱ्या राज्यातलं होतं आणि आता मी यायलाच पाहिजे असं कोणी म्हणणारंही नाही. माझं वयही झालंय आता. ते फारच बरं झालं.

असंही मागच्या साहा-सात वर्षांपासून कमीच केलं होतं.

१८ नोव्हेंबर

आज दादा म्हणाला, तू काम सोडलं ना आई, मग काम सोडताना तुला पैसे नाही का दिले कंपनीने? दिले नसतील, तर त्यांना तसं सांग. नाहीतर मी बोलतो.

मनातून खूप घाबरले मी. म्हटलं नको, ते जे नंतर पैसे देतात, ते मी आधीच उचलले होते घरासाठी. म्हणून मग नाही मिळाले.

त्याला पटलं आणि मी सुटले.

२० नोव्हेंबर

आज दादा गेला त्याच्या गावाला. तो शिकतो आणि तिकडे एका हॉटेलात कामही करतो. कधी सुट्टी मिळत नाही. दोन वर्षं दिवाळीला पण तिकडेच होता. या वर्षी मिळाली होती सुट्टी. पैसे वाचवून मला देतो. जेवढे असतील त्यात भागवीन. दुकानात झाडू फारशी करायचं काम मिळालं आहे ते करीन. मुलांसाठी पैसे साठवीन.

२२ नोव्हेंबर

हा तोच दिवस होता, वीस वर्षांपूर्वींचा, ज्या दिवशी मला माझ्याच नवऱ्याने विकलं. दादा तेव्हा एक वर्षाचा होता. मला आणि त्याला घेऊन फिरायला जातो म्हणून घरच्यांना सांगितलं. आम्ही रेल्वेत बसलो. मी तर

माझ्या खेडेगावातून तोपर्यंत कुठंच बाहेर पडले नव्हते. पोराला शहरात फिरवून आणतो, म्हटला माझा नवरा.

एका ठिकाणी तो उतरला. खिडकीतून त्याने बिस्कीटचे पुडे आणून दिले.

किती?

दहा.

मी म्हटलं, 'एवढे?'

तर म्हणाला, 'लागतील.'

म्हटलं, 'बरं.'

पुडे पिशवीत ठेवले. गाडी सुटायला लागली, हा माणूस आलाच नाही. कुठं गेला माहीत नाही. मी इकडं तिकडं बघितलं, सोबतच्या लोकांना सांगितलं. कोण काय करणार गाडी सुटल्यावर? मला काही सुचेना. पुढच्या स्टेशनावर उतरायचं आणि पोलिसांना सांगायचं असं ठरवलं. गप्प बसून राहिले.

पुढचं स्टेशन आलं. ते शेवटचं स्टेशन होतं. मागच्या स्टेशनवर गाडीत चढलेला एक जण कधीपासून आमच्याकडे बघत होता. नवऱ्याला शोधायलाही गेला होता मगाशी दरवाजापर्यंत.

सगळ्या लोकांची पांगापांग झाली. हा आला आमच्याजवळ. मला तर रडायलाच येत होतं. पण मी रडले नाही. ह्यांना काय झालं? चढता आलं की नाही? पडले का चढताना? का बाकी लोक म्हणाले तसे घाईघाईत दुसऱ्या डब्यात चढले असतील आणि भेटतील नंतर? काय काय येत होतं डोक्यात.

पलीकडचा तो माणूस आमच्याजवळ आला आणि म्हणाला, 'शोधायचं ना नवऱ्याला? चला. मी मदत करतो.'

खाली उतरून मी त्याच्या मागं मागं गेले. इतकी गर्दी होती. तिथं मी नवऱ्याला शोधत होते. पुढं अजून एक बाई भेटली. काय झालं ते तिला ह्याने सांगितलं. यापुढचं मला काही आठवत नाही.

समजलं तेव्हा मी एका घरात होते. दादा माझ्याजवळ खेळत होता. त्याला खायला दिलं होतं. भानावर आले ती चांगलीच. माझ्या नवऱ्याने मला दहा हजारांना विकलं होतं.

दु:ख करायला आणि काय झालंय हे समजायला वेळच नव्हता. सगळं संपलं होतं आणि मग संपतच गेलं.

वस्तीत काम करायला आलेल्या एक संस्थेने दादाला हॉस्टेलला ठेवलं. तो परत वस्तीत कधी येऊ नये, याची काळजी मी घेतली.

काही वर्षांनी लक्ष्मीचा जन्म झाला. तिलाही चार-पाच वर्षांनी संस्थेत ठेवलं. ती पण कधी वस्तीत आली नाही. वस्ती कसली, नरकच तो. यातून बाहेर पडायचं हेच ठरवलं होतं आणि मी ते करून दाखवलं.

मी एकच काम केलं. पैसे साठवले. मुलांना लांबच्या गावातल्या हॉस्टेलला ठेवलं. शाळेत घातलं. नंतर दोघांनाही कॉलेजला घातलं. तेही वेगळ्याच गावांमध्ये.

लांब एका गावात एक लहानसं घर घेतलं मैत्रिणीच्या मदतीने. मैत्रीण म्हणते, 'फार हिमतीची बाई आहे!' अधूनमधून तिथं राहायला लागले. मुलांना तिथंच बोलवायला लागले. कारखान्यात काम करते म्हणून सांगितलं मुलांना. मुलं मोठी होत होती ना...

माझं वय झालं ते फार फार बरं झालं. आता कोणाशीच संबंध नाही. हे सत्य माझ्याबरोबरच संपणार. मी आणि माझी मुलं. शिकणारी, स्वत:च्या पायावर उभी असलेली, इज्जतीने जगणारी!

जवळच्या लोकांवरही विश्वास ठेवायचा झाला, तरी आपल्यावर आलेलं संकट कळलं पाहिजे, त्यातून वाट काढता आली पाहिजे, एवढं समजलं तरी पुरे!

●●●

लेखिका परिचय

डॉ. श्रुती पानसे

शिक्षण : एम.ए. (मराठी), पीएच.डी. (मेंदू आणि शिक्षण, शिक्षण शास्त्र)

74998 55830 | ishruti2@gmail.com

- अक्रोड : Brain & Behaviour courses – या कोर्समध्ये मुलांच्या वयोगटानुसार मेंदू कार्य समजून घेण्यासाठी, तसेच अभ्यास सोपा करण्यासाठी, multiple intelligences, emotional intelligence या विषयावर कोर्सची निर्मिती.

- Neurons Activity and Research Centre इथे Consultant

- महाराष्ट्रातल्या विविध वर्तमानपत्रांमध्ये 'मेंदूशी मैत्री', 'मस्ती की पाठशाला', 'खोकं नव्हे डोकं', इत्यादी लेखमालांचं लेखन.

- 'टीनएजर्सच्या मनात', '@20-विशीच्या उंबरठ्यावरील मुलांशी संवाद' 'मेंदूचा पासवर्ड', 'पहिली आठ वर्षे', 'जादूचा मेंदू', 'भावनांच्या जगात', 'डोक्यात डोकवा', 'बहुरंगी बुद्धिमत्ता', अशा २१ पुस्तकांचं लेखन.

- 'बहुरंगी बुद्धिमत्ता' या पुस्तकाला यशवंतराव चव्हाण प्रतिष्ठान यांचा कुमुद बन्सल उत्कृष्ट ग्रंथ पुरस्कार.

- 'चिकू पिकू' मासिकाच्या संपादनासाठी अक्षर सेवा पुरस्कार.

- 'मेंदूचा पासवर्ड' या पुस्तकाला २०२२ या वर्षातला साहित्य परिषदेचा पुरस्कार.

- एकूण लेखन कार्यासाठी इंदिरा अत्रे पुरस्कार २०२३.

- 'डोक्यातला मी' हे ऑडिओबुक storytel वर प्रसिद्ध.

- मुलांसाठीच्या 'चिकूपिकू' या मासिकाची माजी संपादक.

- 'मेंदू समजून घेताना' या विषयावर व्याख्यानं आणि कार्यशाळा. तसेच संशोधन निबंध प्रसिद्ध.